'एका अस्वस्थ शहराचे आणि स्वतःची जागा शोधू पाहणाऱ्या एका तरुणीचे बुद्धीला पटणारे व वातावरणनिर्मिती करणारे शब्दचित्र. ही कादंबरी शांतपणे; पण मार्मिकपणे आपल्या विदीर्ण समाजापुढे प्रश्नचिन्ह उभे करते.'

– द इंडिपेंडंट

'बॅझल शहरामधील तिच्या अपार्टमेंटमध्ये ट्रामचा आवाज येऊ नये म्हणून कानात ईअरप्लग घालून ती लेखनाकरता कागद स्वतःकडे घेते आणि काहीतरी महत्त्वाचे व संस्मरणीय लिहून जाते. ती असते हाताने लिहिलेली १३४ पानांची छोटेखानी कादंबरी. सध्या ही कादंबरी स्वित्झर्लंडमधल्या साहित्यवर्तुळात चर्चेचा विषय झाली आहे.'

– न्यू यॉर्क टाइम्स

'झोईचे लहान मुलाच्या डोळ्यांनी पाहिल्यासारखे निवेदन लहान-लहान तपशीलही टिपते. ही निवेदनशैली विलक्षण, सपाट व गंभीर आहे. त्यामुळे ही कथा केवळ मनाच्या स्थितीचे चित्र नाही. ती प्लाथ आणि हेमिंग्वे यांची आठवण करून देते. संस्मरणीय.'

– संडे टाइम्स

'झोईची लग्न मोडण्याची ही कथा विक्षिप्त; पण पटण्यासारखी आहे. तिचे शब्द विलक्षण आणि वेगवेगळी स्वप्नातल्यासारखी प्रतीके व प्रतिमा आहेत आणि वास्तववादीही आहेत.'

– द टाइम्स

'ही कथा मनोअवस्थेची, मनाबद्दलची असली तरी, त्यात विश्लेषणाचे किंवा आत्मजाणिवेचे कोरीव काम नाही. ती साधी आहे. ती काव्यात्म तपशील आणि योग्य व बांधेसूद प्रतिमा व प्रतीके यांमधून व्यक्त होते. निवेदन तथ्य सांगणारे आणि आत्मशोक न करणारे आहे. ते मनात विविध भावना व प्रतिमा जागृत करते. या पृष्ठभागाखाली भीती दडून, लपून बसली आहे असे सारखे जाणवत राहते. त्यामुळे ही कादंबरी तुम्हाला झपाटून टाकते आणि मग ती संपूर्ण वाचल्याशिवाय खाली ठेवताच येत नाही. त्यानंतरही पुन्हा पुन्हा वाचावीशी वाटते.'

– ऑब्झर्व्हर

'अस्वस्थ बालपणाची ही कथा व त्यातली निवेदनशैली काही गोष्टी मुद्दाम न सांगता अतिशय परिणामकारक ठरते.'

– संडे टेलीग्राफ

'द स्काय इज चेंजिंग' या मूळ इंग्रजी पुस्तकाचा मराठी अनुवाद

आकाश बदलताना

लंडनसारख्या शहरातील धावपळीचे जीवन, करिअर आणि मातृत्वाच्या ओढीने ट्रीटमेंट्सद्वारे आशेचा किरण शोधणारे जोडपे

लेखक
झोई जेनी

अनुवाद
उज्ज्वला गोखले

मेहता पब्लिशिंग हाऊस

Mehta Publishing House, Pune 411030.

✆ +91 020-24476924 / 24460313 / Mob. No. 9545000513

Email : production@mehtapublishinghouse.com

Website : www.mehtapublishinghouse.com

THE SKY IS CHANGING by ZOË JENNY

First Published by Legend Press Ltd, London

Translated into Marathi Language by Ujjwala Gokhale

आकाश बदलताना / अनुवादित कादंबरी

अनुवाद : उज्ज्वला गोखले

Email : author@mehtapublishinghouse.com

प्रकाशक : सुनील अनिल मेहता, मेहता पब्लिशिंग हाऊस,
१९४१, सदाशिव पेठ, माडीवाले कॉलनी, पुणे – ४११०३०.

मुद्रक : पार्कसन्स ग्राफिक्स

मुखपृष्ठ : चंद्रमोहन कुलकर्णी

प्रथमावृत्ती : जानेवारी, २०१३

किंमत : ₹ १६०

P Book ISBN 9788184984439

मॅथ्यूसाठी

*

ते राहायला येण्याआधीपासूनच ते गुलाबाचं रोप तिथे रुजलं होतं. कुणीतरी अनेक वर्षांपूर्वी लावलेलं असणार. लावलं तेव्हा अगदी पिटुकलं असेल. ज्या कोणी हे लावलं, त्याला त्याचं हे बहरलेलं रूप बघायला तरी मिळालं होतं की नाही कोण जाणे? बाजूच्या एका वेलीला गुरफटून टाकत हे झाड मागच्या अंगणातल्या बागेच्या भिंतीवर जवळजवळ अर्ध्यापर्यंत चढलं होतं. त्या झाडांवरची एकमेकांत मिसळलेली लालबुंद आणि जांभळी टवटवीत फुलं पाहून क्लेअरला नेहमी आश्चर्य वाटायचं की, बागेच्या ह्या अंधाऱ्या कोपऱ्यात असं रसरशीतपणे फुलायला त्यांना कसला एवढा आधार मिळतोय? अगदी हळुवारपणे ती फुलं तोडतानाही त्या झाडांना दुखावणं तिच्या जिवावर यायचं. आपण काहीतरी अगोचरपणा करतोय असं वाटायचं. एकदा फिरायला जाता जाता तिनं ऑर्किड्सचा एक घोस तोडला होता. परत येईपर्यंत तो पार सुकून गेला. तो तिला असा झाडापासून अलग का करावासा वाटला? झाडावरचं त्याचं लोभस रूप डोळे भरून बघणं पुरेसं नव्हतं का तिच्यासाठी? पण आत्ता ती जी फुलं काढत होती ती काही आपल्या स्वत:साठी नव्हती

तोडत. मधेच तिचं लक्ष वर गेलं. निरभ्र आकाशात एका जेट विमानाच्या पांढऱ्या शुभ्र धुराची वेलबुट्टी उमटली होती. लंडनहून निघालेलं असणार ते. हे वर्ष किती भर्रकन गेलं होतं! सगळीकडे कसं प्रसन्न वाटत होतं. जगातल्या सगळ्या दु:खांवर कुणीतरी छानपैकी पांघरूण घातलेलं दिसत होतं.

"अगं, चल आता," अँथनीनं किचनमधून हाक मारली, "मी काय रिकामटेकडा नाहीये."

क्लेअरला हसू आलं. जणू काही फार मोठा कामाचाच होता की नाही! पण तिला माहीत होतं की त्याला फक्त मॅच सुरू व्हायच्या आत परतायचं होतं.

"तुला माहितीये, तू नाही आलास तरी चालेल. मी एकटी जाऊ शकते."

तिला उत्तर द्यायच्या भानगडीतही न पडता तो पटकन घराबाहेर पडला.

चांगलंच उकडत होतं. हवेत दमटपणासुद्धा खूप होता. सॉलिड ट्रॅफिक होतं. बाजूच्या लेनमधल्या बसेस अगदी मुंगीच्या गतीनं धुसफुसत पुढे जात होत्या. जणू काही एखादा प्राचीन महाकाय प्राणी उन्हात शेवटचे आचके देत होता.

"पुन्हा एकदा प्रयत्न नाही करून बघावासा वाटत तुला?" अपर स्ट्रीटवर एंजल ट्यूब स्टेशनजवळ येता येता अँथनीनं विचारलं. "किंग क्रॉस म्हणजे पुढचंच स्टेशन. माहितीये ना?"

क्लेअरनं फक्त मान हलवून नकार दिला.

"मला काय हार्ट अॅटॅक वगैरे यावा असं वाटतंय का तुला?"

मागच्या वर्षी नॉर्दन लाईनवर कुठेतरी झालेल्या बॉम्बस्फोटानंतर हे चालू झालं. त्या दिवशीही ट्रेनमधे जाम गर्दी होती आणि क्लेअर डब्यात अगदी आत ढकलली गेली. जरासुद्धा हलणं शक्य नव्हतं. सगळे जण गाडीच्या लयीत मागेपुढे होत होते. त्या रेट्यानं

क्लेअरला घुसमटायला होत होतं. तोंड उघडं टाकून ती भराभरा श्वास घ्यायचा प्रयत्न करत होती. तिची छाती एवढ्या वेगानं वरखाली होत होती की जणू तिच्या छातीत अडकलेला एक प्राणी बाहेर पडण्याची केविलवाणी धडपड करत होता. आपल्याला शांत व्हायला पाहिजे. तिनं स्वत:लाच समजावलं; पण तिची धडधड आणखीनच वाढली. अंधारातला गाडीच्या चाकांचा खडखडाट आणि ब्रेकचा आवाज ह्यांनी तिला घाबरायला होत होतं. आपण कुठेतरी खोल खड्ड्यात फेकले जातोय असं वाटत होतं. अशा स्थितीत दरवाज्याकडे टक लावून प्रत्येक सेकंदाचा हिशोब करताना तिला मधेच 'बळीचा बकरा' हा शब्द आठवला. आत्ता या क्षणी इथे, या अनोळखी लोकांच्या घोळक्यात ती बसल्या जागी फाटकन मरून जाऊ शकत होती. त्या जमावात एकवटलेला आक्रमकपणा आणि भीती या दोन्ही भावना तिला एकाच वेळी जाणवत होत्या. फक्त स्वत:चा जीव वाचवायची तडफड. तेवढ्यात तिच्या डोक्यात काहीतरी केमिकल लोचा झाला. काहीतरी विचित्र बदल झाला. तिथून ताबडतोब बाहेर पडायला हवं होतं. तिनं आजूबाजूच्या लोकांना कोपरांनी ढोसायला सुरुवात केली. कुणीतरी तिला कचकन गावरान शिवीही हाणली पण तिनं लक्ष दिलं नाही. ही क्लेअर म्हणजे दुसरीच कुणीतरी व्यक्ती होती. एखाद्या सांदीकोपऱ्यात अडकलेल्या हिंस्र श्वापदासारखी. मधे येणाऱ्याला ओरबाडून फाडायला तिनं कमी केलं नसतं.

त्या क्षणी क्लेअरच्या आजूबाजूला जिवंत माणसं नव्हती, तर फक्त वास मारणारे अडथळे होते ते.

शेवटी एकदाची ती धापा टाकत कशीबशी स्टेशनबाहेरच्या भगभगीत उजेडात पोहोचली. तिची घामानं अंघोळ झाली होती. तिच्या तोंडाला कोरड पडली होती. बाजूच्या टॉयलेटमधे शिरून

तिनं आरशात पाहिलं तर तिचा चेहरा नुसता थकलेलाच नाही तर पांढराफटक पडलेला दिसत होता. तिच्या पायातलं त्राणच गेलं होतं. तिनं कमोडच्या झापडावरच बसकण मारली आणि थोडं सावरायचा प्रयत्न केला. झाल्या प्रकारामुळे शरमून तिनं आपला चेहरा ओंजळीत झाकून घेतला. काय झालं एकदम, आपण असं कसं वागलो, ह्याचं तिचं तिलाच आश्चर्य वाटलं. क्षणभर तिचा स्वत:वरचा ताबाच गेल्यासारखं झालं होतं. त्यानंतर पुन्हा कधीही या भुयारी रेल्वेनं जायचं नाही, असा निश्चयच करून टाकला होता तिनं.

अँथनीनेही तिला कधी ट्रेननं जायची जबरदस्ती केली नव्हती. ह्याचंही तिला खूप बरं वाटायचं. आज ना उद्या तिच्या डोक्यातलं हे खूळ जाईल याची त्याला खात्री होती, पण तरीही त्यानी तिच्या लगेच एक स्कूटर घेतली होती.

पेंटनव्हिल रोडवर बरंच चालावं लागणार होतं. उन्हानं हातातली फुलं सुकू नयेत म्हणून क्लेअरनं ती देठं वर करून पकडली होती. अँथनीनं मोबाईलवरचे मेसेजेस चेक केले. त्याच्या आईकडून वाढदिवसाच्या शुभेच्छा आल्या होत्या. त्यानं मेसेज वाचला पण आईचा मेसेज म्हटल्यावर तो थोडासा निराश झाल्यासारखा वाटला. बहुतेक त्याला दुसऱ्या कुणाच्यातरी मेसेजची अपेक्षा होती. क्लेअरला त्याच्याबाबतीत असं घडलं याचं खूप वाईट वाटलं. नेमक्या त्याच्या वाढदिवसालाच हे करावं लागत होतं. इतर अनेकांसाठी हा दिवस म्हणजे अतिशय दु:खद दिवस होता.

अनेक जण फुलं घेऊन आले होते. एकानं तर चक्क एक भलं मोठं टेडी बेअर काखोटीला मारून आणलं होतं. किंग क्रॉस स्टेशनच्या गेटजवळ उजव्या बाजूला गर्दी जमली होती. तिथे कुंपणाच्या आत एक झाड होतं. त्याच्या आजूबाजूचा चौकोन

मोकळा होता. रात्रीच्या वेळी अशा आडबाजूला गांजेकस, वेश्या अशांचा अड्डा जमे. आत्ता तिथे दहा-बारा माणसं एक तात्पुरतं स्मृतिस्थळ उभारत होती. अँथनी आणि क्लेअरनं आपला नंबर कधी येतोय याची वाट बघत रांगेचं शेपूट पकडलं. तिथला वॉचमन सगळे एकदम आत घुसत नाहीयेत ना याकडे लक्ष ठेवून होता. लाठ्या काठ्या आणि पिस्तुलं घेतलेले पोलीसही सज्ज होते. बरेच जण नुसती फुलं वाहून पुढं सरकत होते; पण काही जण तिथे पुष्पचक्रापाशी वाकून मनोमन प्रार्थना करत होते.

खरंतर किंग क्रॉस हे रहदारीचं ठिकाण होतं; पण त्या वेळी मात्र तिथे विचित्र शांतता पसरली होती. फक्त मधून मधून होणाऱ्या स्टेशनमधल्या गाड्यांच्या अनाउन्समेंटनी त्या शांततेला तडा जात होता. क्लेअर तिथले फोटो आणि मुलांनी काढलेली चित्रं बघत होती. सगळीकडे फुलांची पखरण झाली होती. काही काही गुच्छांवरचा गुंडाळलेला कागदही तसाच होता. उन्हात ती फुलं सुकत होती पण काही क्षणांपुरता का होईना त्यांचा वास आसमंतात भरून जात होता. साक्षात मृत्यूचा वास, क्लेअरच्या मनात आलं. आपल्या हातातली फुलं तिनं एका पुठ्ठ्याच्या फोटोफ्रेमसमोर ठेवली. एका सोनेरी केसांच्या मुलीचा फोटो होता तो. खाली फक्त एकच प्रश्न लिहिला होता, 'पण का?' बाजूलाच एक जण रडत होता. त्याच्या हातात एका बाईचा फोटो होता. त्यानं तो मुठीत इतका घट्ट पकडला होता की चुरगाळून चुरगाळून तो अगदी जीर्ण व्हायला आला होता. अचानक फोटो तिथेच ठेवून तो गृहस्थ निघाला. अस्थिर नजरेनं त्यानं इकडेतिकडे पाहिलं. जणू काही तो खूप घाबरला होता आणि त्याला कुठे जावं ते सुधरत नव्हतं. थोड्याच वेळात तो स्टेशनच्या अंधाऱ्या हॉलमधे गडप झाला.

परत येताना दोघंही काहीही बोलले नाहीत. अँथनीवर तिनं मनापासून प्रेम करण्याचं एक कारण हेच होतं की, आपण कधी

गप्प बसावं हे त्याला बरोब्बर कळे. चालता चालता तिनं त्याच्या हाताला हळूच स्पर्श केला. जणू काही तिला स्वत:ची खात्री पटवायची होती की तो खरंच तिथे होता– तिच्या बाजूला, गरज पडेल तेव्हा तिला सावरायला.

टीव्हीवरच्या फुटबॉलच्या मॅचच्या आवाजानं दुपार भरून गेली होती. या आवाजाचा व्यत्यय हवाहवासा होता. रोजच्या सीध्यासाध्या नॉर्मल आयुष्याचं प्रतिबिंब त्या आवाजात डोकावत होतं. क्लेअर वर आपल्या खोलीत खिडकीजवळच्या टेबलाशी बसून नेटवर सर्फिंग करत होती. लंडनमधे रीजन्ट पार्कमधे आणि इतरही ठिकाणी स्मृतिदिनानिमित्त भाषणं, सभा असे कार्यक्रम आयोजित केले गेले होते.

सर्फिंग करता करता तिला एक साईट सापडली. त्यावर सगळ्याच्या सगळ्या बावन्न बळींचे फोटो आणि एकेका परिच्छेदात प्रत्येकाची संक्षिप्त ओळख दिलेली होती. परत एकदा तिला ती सोनेरी केसांची मुलगी सापडली. अवघ्या सत्तावीस वर्षांची कोवळी पोर होती ती. पोलंडची रहिवासी. त्या दिवशी सकाळी सकाळी लगबगीनं कामावर निघाली होती. आता पुन्हा कधी क्रॅकोला आपल्या घरी जाता येईल ह्याचा विचार करत असेल कदाचित, तेवढ्यात बॉम्बस्फोट झाला होता. नंतरचा ढिगारा उपसताना तिचा एक तुटका दात सापडला त्यावरून तिची ओळख पटली होती.

तिच्या आईवडलांना कधी कसं कळलं असेल कोण जाणे. क्लेअरच्या मनात आलं. त्यांना काही तिचा मृतदेह परत नेता आला नव्हता. देह असं काही उरलंच नव्हतं. अस्थीपण नव्हत्या तर नेणार काय. कदाचित एका भल्या सकाळी तिच्या आईबाबांना एक पॅकेट मिळालं असेल. लंडनच्या पोस्टाचा शिक्का असलेलं आणि उघडल्यावर त्यातून तिचा तो एकमेव तुटका दात हातात

आला असेल.

क्लेअरनं स्क्रोल करून सगळे फोटो पाहिले. अजून सगळ्यांचे चेहरे वगैरे लोकांच्या नीट डोळ्यांपुढे येत होते; पण लवकरच सगळं विस्मृतीत गेलं असतं. बॉम्बस्फोटाला एक वर्ष झालं. म्हणून ती फुलं घेऊन गेली होती, पण पुढच्या वर्षी किंवा त्यानंतरच्या वर्षी ते काय काय करणार होते? तिला स्वत:लाच शंका होती.

क्लेअरच्या मनात आलं, प्रत्येक जण दोनदा मृत्यू पावतो आणि दुसरं मरण हे अखेरचं असतं. जेव्हा तुम्ही कुणाच्या खिजगणतीतही शिल्लक राहत नाही, तुमच्या अस्तित्वाच्या उरल्यासुरल्या खुणाही पुसल्या जातात, तो तुमच्या जीवनप्रवासाचा खरा पूर्णविराम असतो. संपूर्ण आणि चिरंतन.

तिनं कॉम्प्युटर बंद केला. खालनं अँथनीच्या शिट्ट्या, टाळ्या आणि आरडाओरडा ऐकू येत होता. आर्सेनल जिंकत होते. आज रात्री त्याचा मूड छान असणार होता. मग ते दोघं त्याचा तेहतिसावा वाढदिवस साजरा करायला बाहेर पडू शकले असते.

क्लेअरनं खिडकीतून बाहेर पाहिलं. सूर्यास्त व्हायला आला होता. छपरांवर आणि घरांच्या चिमण्यांवर रेंगाळणारी उन्हं काढता पाय घेत होती. लालसर झालेली पश्चिम दिशाही हळूहळू अंधारत होती.

आपल्या वाढदिवसाच्या दिवशी मुद्दामहून वेगळं असं, काही करायला, अँथनीला फारसं आवडायचं नाही; पण तिनं जेव्हा त्याला मित्रमंडळींबरोबर बाहेर जेवायला जाण्याची आयडिया सांगितली, तेव्हा तिनं आपल्यासाठी हा खास बेत आखण्याची तोशीस घेतल्याचं पाहून त्याला मनापासून आनंद झालेला दिसला. कोपऱ्या-कोपऱ्यात छोटी छोटी गोल टेबलं टाकलेलं ते मोरोक्कन हॉटेल त्याला आवडायचं. कारण तिथे मस्तपैकी कोपरा धरून

छोट्या ग्लासातून अद्रकवाली मसाला चाय पीत निवांत गप्पा टाकता यायच्या किंवा स्क्रॅबल सापशिडीसारखे डाव मांडता यायचे.

ते तिथे पोहोचले तेव्हा सॅम ख्रिस्टिन आणि डेव्हिड आधीच येऊन बसले होते. समोरच्या मोठ्या ट्रेमधे चखण्याची रास होती. सॅम आणि ख्रिस्टिन नुकतेच भारतात जाऊन आले होते. आधी त्यांच्या ट्रिपचे फोटो सगळ्यांमधे फिरले. हिरव्यागार घनदाट देवराईच्या पार्श्वभूमीवर वावरणाऱ्या रंगीबेरंगी साड्या नेसलेल्या बायका, रस्त्याच्या कडेला खेळणारी टाटा करणारी मुलं. कुठलंतरी जुनाट हेल्मेट घालून बाईकवर स्वार झालेलं ख्रिस्टिनचं ध्यान... असं बाईकवरून भारत पालथा घालायचं सॅमचं बऱ्याच दिवसांपासूनचं स्वप्न होतं. ख्रिस्टिनला ह्या सुट्टीपुरतं लायसन्सही मिळालं होतं. क्लेअरला खरोखर ख्रिस्टिनच्या हिमतीची दाद द्यावीशी वाटे. ती सदतीस वर्षांची होती, मुलाबाळांचा पत्ताही नव्हता; पण तरीही ती आरामात राहायची. एकदा क्लेअरनं तिला असंच विचारलं होतं की, तिला स्वत:ला आई व्हावंसं वाटत नव्हतं का म्हणून. ''आम्ही सतत फिरतच असतो. आता असं काही घडलं तर आनंदच आहे; पण जर नाहीच झालं, तरीही मी काही स्वत:ला बोल लावत बसणार नाही.'' ख्रिस्टीन म्हणाली होती. तिच्याबरोबर असताना क्लेअरला नेहमी एकदम मोकळं-ढाकळं वाटे. ते दोघंही पेशानी शिक्षक होते. दोघंही कमावते आणि सुट्ट्याही भरपूर त्यामुळे त्यांना अशी भ्रमंती सहज शक्य होती. कधीही भेटले तरी ते नुकत्याच कुठल्या तरी अद्भुत दुनियेची सैर करून आलेत असं वाटायचं. पूर्वेची बेटं, गालापागोस, व्हिएटनाम, त्यांची आपली सारखी नवनवीन धाडसं आणि परदेश दौरे चालू असायचे.

आत्ता क्लेअर तिच्याच बाजूला बसली होती आणि तिच्या हातातलं बारीक कलाकुसर केलेलं चंदेरी ब्रेसलेट न्याहाळत होती. राजस्थानमधल्या कुठल्यातरी मार्केटमधून ख्रिस्टिननं ते अगदीच

नगण्य किमतीला मिळवलं होतं.

"तुला ब्रिटन सोडून बाहेर जाणं जमणारच नाही." बोलता बोलता सॅम डेव्हिडला एकदम मोठ्यांदा म्हणाला "भुकेनं व्याकूळ होशील आणि मरशील." डेव्हिड अँथनीच्याच ऑफिसमधे कामाला होता. त्याच्या खाण्यापिण्याच्या भयंकर खोड्या होत्या. नॉटिंग हिलपाशी कुठेतरी व्हिट ग्रास मिळतं हे कळल्यापासून कधी एकदा तिथे जातो असं त्याला झालं होतं.

"म्हणूनच कदाचित तू अजूनही असा सडाफटिंग राहिला आहेस." अँथनीनं त्याची टर उडवली. "तुझ्या तोंडाला गवताचाच वास मारतो."

त्यांनी अनेकदा डेव्हिडला या बेडीत अडकवायचा असफल प्रयत्न केला होता. त्यातला सॅडीचा किस्सा सगळ्यात भयानक झाला. "तुम्ही माझी नुसतं घासफूस खाणाऱ्याशी ओळखच कशी करून देता?" तिनं डेव्हिडला आपल्याकडच्या एका डिनर पार्टीला बोलावलं होतं आणि मग ती उखडली होती. सॅडी अक्षरश: जीव ओतून एकसे एक पदार्थ बनवायची. आपण इतकं मन लावून, छान धिम्या आचेवर बनवलेल्या बीफ कॅसरोलमधनं त्यानं फक्त भाज्या कशा चिवडल्या होत्या, हे तिनं सगळ्यांना ऐकवलं होतं. सॅडीसारख्या मुलीच्या दृष्टीनं ही फक्त न जुळणारी आवड नव्हती, तर हा तिच्या पाककलेचा घोर अपमान होता.

"जो नॉनव्हेजला स्पर्शही करत नाही तो बेडरूममधे काय दिवे लावणार!" निष्कर्ष काढून ती मोकळी झाली होती.

"माझं शरीर हे एखाद्या चर्चसारखी पवित्र आहे." सॅडीबरोबरची संध्याकाळ कशी गेली हे विचारल्यावर आपली बाजू मांडताना डेव्हिड म्हणाला होता.

"सकाळी उठल्यापासून ती आपले मेलेले प्राणी खायला सुरुवात करते."

अँथनी आणि क्लेअरची हसून हसून मुरकुंडी वळली होती. "हरिदासाची कथा आली मूळपदावर. भोजन एके भोजन. प्रेमबीमसुद्धा त्याच्याच अनुषंगानं करायचं. सॅडी साक्षात नरभक्षक तर डेव्हिड म्हणजे गरीब गाय. आपण या दोघांची मोट बांधली यावर माझा विश्वासच बसत नाहीये." अँथनी म्हणाला होता.

सॅडी तिच्या मित्राबरोबर– पाओलोबरोबर– येऊन पोहोचेपर्यंत त्यांची एकेक डिश खाऊनही झाली होती. तिनं अभिमानानं त्याची सर्वांशी ओळख करून दिली. तो ब्राझीलचा रहिवासी होता. त्याच्याकडे नुसतं बघितल्याबरोबर तो डान्सर असावा हे क्लेअरच्या लक्षात आलं. त्याची ताठ उभं राहण्याची ढब आणि मोजूनमापून सावकाश केलेल्या हालचाली पुरेशा बोलक्या होत्या. फक्त डान्सर्सच असे जाणीवपूर्वक लयबद्ध ऐटबाजपणे वावरू शकतात आणि त्याला याचा सार्थ अभिमान आहे असं दिसत होतं. 'पण वाईट बाब म्हणजे हे फार दिवस चालू राहू शकणार नाही' त्याला बसायला खुर्ची देता देता क्लेअरच्या मनात आलं. सॅडीचं कुठल्याच बॉयफ्रेंडबरोबर फार दिवस जमायचं नाही. कधी कधी तर तिच्याबरोबर मैत्रिणीही असायच्या. त्या मात्र जरा जास्त दिवस एकत्र राहायच्या. एकदा तर तिच्यापेक्षा दहा वगैरे वर्षांनी लहान असलेली एक मैत्रीण तिच्या घरी राहायला लागली होती. त्याच दिवसात सॅडीच्या डोक्यात समलिंगी व्यक्तींच्या लग्नाचं खूळ शिरलं होतं. ही मैत्रीण जेव्हा एका आर्टिस्टबरोबर निघून गेली तेव्हा सॅडीनं आपला प्रेमभंग झाल्याचं सांगितलं होतं. त्यानंतर तिनं बॉयफ्रेंड बदलायचा सपाटा लावला होता. आता काही ती फार तरुण वगैरे राहिली नव्हती. बेचाळीसची झाली होती; पण अँथनीच्या मते ती म्हणजे एक उत्साहाचं कारंजं होती. ती खोलीत आली की वातावरण एकदम प्रफुल्लित व्हायचं. बायका-पुरुष सगळ्यांच्या नजरा तिच्यावर

खिळायच्या. तिच्याबद्दलची एक गोष्ट क्लेअरला अगदी प्रकर्षानं जाणवायची आणि ती म्हणजे, सॅडी होती त्यापेक्षा खूप तरुण वाटायची. तिचं मादक सौंदर्य तारुण्यात नुकत्याच पदार्पण केलेल्या एखाद्या यौवनेपेक्षाही जास्त आव्हानात्मक होतं. डेव्हिडनं तिला जवळ घेतलं आणि जुन्या मित्रासारखं तिच्या खांद्यावर थोपटलं. आता तिच्याशी आपलं काही देणं घेणं नाही याचं खरंतर त्याला बरंच वाटलं असणार. सॅडीची प्रत्येक गोष्ट ही त्याच्या दृष्टीनं अतिच होती. क्लेअरनं कसंबसं आपलं हसू आवरलं. आता त्या दोघांना असं समोर एकत्र बघितल्यावर हा जोडा किती विजोड दिसतोय ते तिच्या लक्षात आलं. पाओलो आणि डेव्हिड पटकन एका ॲक्शन फिल्मवर चर्चा करण्यात रंगून गेले. सॅडीला मित्रमैत्रिणी दोन्हीही चालतात, ही गोष्ट पाओलोला माहिती असेल का हा विचार क्लेअरच्या मनात डोकावला किंवा मग कदाचित त्याला याचंच जास्त आकर्षण वाटलं असेल. त्याची चंचल नजर आणि उसनं अवसान यामुळे क्लेअर थोडी अस्वस्थ झाली. तो जरा जास्तच देखणा वगैरे होता. अशा पुरुषाविषयी तिच्या मनात नेहमीच शंका यायची. विशेषत: जेव्हा त्या पुरुषाला स्वतःच्या मर्दानी सौंदर्याची जाणीव आहे, हे लक्षात यायचं तेव्हा तर नक्कीच. अँथनी, टेबलाच्या त्या बाजूला बसला होता. तिनं त्याला वाढदिवसाला म्हणून दिलेला पॉल स्मिथ शर्ट घातला होता त्यानं. त्याचे डोळे आणि केस, प्रत्यक्ष होते त्यापेक्षाही जास्तच डार्क वाटत होते. त्याच्या केसात पिंगट छटा होती. त्याच्या आयरीश सेल्टिक पूर्वजांची खूण. ब्रिटिश माणसाच्या तुलनेत तो जास्त काळा होता. सुदैवानं त्याच्या कुटुंबीयांप्रमाणे त्याची कांती टिपिकल ब्रिटिश नव्हती. समरमधल्या पहिल्या उन्हानंच तो छानपैकी रापायचा. त्याचे लांब हात आणि प्रमाणबद्ध मनगटं यातून त्याची भावनाप्रधानता दिसून यायची. बोलताना हातवारे करताना त्याच्या मनगटाच्या

हालचाली तिला खूप आवडायच्या. तो पियानो उत्तम वाजवेल असं तिला नेहमी वाटायचं. हाऊलँड रॉबर्ट्ससारख्या नावाजलेल्या ऑफिसात ज्युनिअर ॲनॅलिस्ट म्हणून काम करताना तो आपली क्रिएटिव्हिटी वाया घालवतोय की काय असं अनेकदा तिच्या मनात यायचं. तो फार्मास्युटिकल विभागाचा प्रमुख होता आणि त्याला पुढे प्रमोशन्सच्या चांगल्या संधी उपलब्ध होत्या.

तो सॅडीला काहीतरी समजावून सांगत होता. खरंतर तो हातांनीच जास्त बोलत होता पण त्याला असंच बोलायला आवडायचं. खास इटालियन स्टाईल, तिला वाटलं. त्याला असं नुसतं लांबून बघण्यातही गंमत होती.

अँथनीच्या बोलण्यावर सॅडी मनमुराद हसत होती आणि मान डोलावत होती. क्लेअर आपल्याकडेच बघत्येय हे लक्षात आल्यावर त्यानं पटकन तिला डोळा मारला. एक कामुक इशारा. जणू काही त्यानं एक बॉल फेकला होता आणि तिनं कॅच पकडणं अपेक्षित होतं. त्यानं त्याला आपल्याबद्दल वाटणारं आकर्षण असं, विशेषत: सॅडीसमोर उघड उघड दाखवलं, यामुळे ती जाम खूश झाली.

खरं तर ती सॅडीला आपली जवळची आणि चांगली मैत्रीण मानायची. तिच्यावर पूर्ण विश्वासही ठेवायची; पण सॅडीचं असं उत्फुल्ल बेधुंद जगणं, तिचा सेक्सीनेस यामुळे तिचा एकूणच लग्नसंस्थेला कायमचा धोका आहे असं भासायचं. कोणत्याही लग्नबंधनात अडकण्यासाठी आपण लायक नाही असं ती म्हणायची. "अबे छोड ना! जीवनाशीच माझं लग्न लागलंय." असं म्हणणं होतं तिचं. "आयुष्यातल्या वादळांशी मुकाबला करता यावा म्हणून लोक लग्न करतात. पण मग भ्रमाचा भोपळा फुटल्यावर पस्तावतात. आयुष्य काही असं नियम आणि अटींच्या चौकटीत नाही बसवता येत."

तरीही क्लेअरला ती तिरशिंगराव वगैरे वाटायची नाही. त्यामुळे गोची अशी व्हायची की तिची मतं फालतू म्हणून सोडूनही देता

यायची नाहीत. शिवाय क्लेअरला तिच्याविषयी जरा जास्तच माया होती. नेहमी तीच सर्वांत आधी सॅडीची बाजू घ्यायची; पण तरीही क्लेअरच्या मनात कुठेतरी शंकेची पाल चुकचुकायची की, सॅडीमुळे कुणाचाही चांगला आनंदात चाललेला संसार मोडू शकतो. अर्थात असं काहीतरी मनात आल्याबद्दल तिला स्वत:चाच रागसुद्धा यायचा. आणखीन वाईन मागवण्यासाठी अँथनीनं वेटरला खूण केली.

"मी काही फ्रान्समधे नाही राहू शकत. आपल्याला बाई तुस्कानीत घर हवं." ख्रिस्टिन म्हणाली. "प्राप्त परिस्थितीत आपण कुठेही घरबीर घेत नाहीहोत. आत्ताच तर एवढ्या मोठ्या सुट्टीवरून परत आलोय आपण..." सॅम म्हणाला.

"मी तिला साफ सांगितलं की मला कॅलिफोर्नियात एक शेत आणि वाईनयार्ड मिळालं की बास." डेव्हिड पुन्हा सँटाबार्बरातल्या कुठल्यातरी मुलीविषयी बोलत होता. त्यानं आपल्या मोबाईलमधले तिचे फोटोही दाखवले. क्लेअरनं यापूर्वीच ते फोटो बघितले होते. दोन वर्षांपूर्वी कॅलिफोर्नियातल्या एका ट्रिपमधे डेव्हिडला ही मुलगी भेटली होती. पण तो तिच्याबद्दल असं काही बोलत होता की जणू ते कालच भेटले होते.

अर्थातच ही मॅडी शुद्ध शाकाहारी होती. सुंदर आणि पवित्र. त्याच्या स्वप्नातली परी.

"अरे पण युगं झाली तू तिला भेटलाही नाहीयेस. हे निव्वळ दिवास्वप्न आहे. आत्तापर्यंत तिचं दुसऱ्याच कुणाशीतरी लग्न होऊन तिला मुलंपण झाली असतील."

"आम्ही एकमेकांना ई-मेल पाठवतो." डेव्हिडनी संरक्षणाचा पवित्रा घेतला. लक्षात आलं की त्याच्यासाठी हे केवळ स्वप्नरंजन नव्हतं. मनानं तो तिच्याशी पूर्णपणे एकरूप झाला होता. "आम्ही नुकतेच स्काईपवर बोललोसुद्धा" कुणीतरी फटकावल्यासारखा चेहरा पाडून तो म्हणाला.

तासाभरानं क्लेअर टॉयलेटला गेली तेव्हा तिच्या लक्षात आलं की, आपली ओठांच्या कोपऱ्यातली आपली लिपस्टिक थोडीशी ओघळली आहे आणि जीभ वाईननं जांभळी झालीये. ओल्या टिश्यूनं ओठ पुसताना तिला जाणवलं, की गेल्या काही तासांत ती आज कोणता दिवस आहे तेही विसरलीये. त्या हल्ल्याला एक वर्ष झालं याचा कुणी उल्लेखही केला नव्हता. बहुतेक त्यांना अँथनीच्या वाढदिवसाचा विरस करायचा नव्हता. परतताना तिनं लांबूनच त्या ग्रुपकडे पाहिलं. एक छान मौजमस्ती करणारा कंपू. समरमधल्या एका संध्याकाळी मित्राचा वाढदिवस साजरा करणारे लोक आणि त्यांनी मजेत का राहू नये? सगळंच चित्र इतकं निरागस, आनंदी होतं आणि अँथनीलाही मजा येत होती हे बघायला बरं वाटत होतं. ती टेबलापाशी आली तेव्हा ते कशावर तरी खूप मोठमोठ्यांदा हसत होते. तिचं जोकचं शेवटचं वाक्य थोडक्यात मिस झालं होतं. तेवढ्यात वेटरनी मेणबत्ती लावलेला एक चॉकलेट केक आणला. त्यांनी हॅपी बर्थडे गाणं म्हटलं. तेव्हा सॅडी समोर उभी राहून ऑर्केस्ट्राच्या कंडक्टरसारखी हात हलवत होती. पाओलो पटकन उठला आणि तिच्या कमरेभोवती हात घालून त्यानं रेडिओवरच्या सांबा म्युझिकवर डान्सच्या काही स्टेप्स केल्या. 'हा खरा परफॉर्मर,' क्लेअरच्या मनात आलं आणि नकळत तिचा हात आपल्या गुडघ्याकडे गेला. असं केंद्रस्थानी असणं, आपल्या कमावलेल्या नर्तनशैलीचा आविष्कार घडवणं ही भावना तिला भिडणारी होती. पाओलोच्या हालचाली अगदी नैसर्गिक होत्या. साऊथ अमेरिकन्सची सहजता होती त्याच्याकडे. लय अंगात पुरती भिनलेली. आता परत टेबलाशी बसल्यावर तो आपल्याला नक्की विचारणार हे तिच्या लक्षात आलं आणि झालंही तसंच. तिला सावरण्यासाठी तिच्या खांद्याभोवती आपला मर्दानी हात टाकत त्यानं विचारलं,

"सॅडी म्हणाली की तूपण डान्सर आहेस म्हणून?"

"अरे बापरे! नाही. नाही. आता तसलं अजिबात काही राहिलं नाहीये." क्लेअरनं आपल्या डाव्या गुडघ्याकडे बोट करत पटकन सांगितलं, "एकदा डान्स करताना मी पटकन वेडीवाकडी वळले आणि त्यामुळे माझा इथला स्नायू कायमचा दुखावला. खूप दिवस झाले ह्याला; पण कायमचं अधुपण आलं. आता मी मुलांना पोहणं शिकवते."

त्याला आपली कीव येत्येय हे तिला दिसून आलं. एवढी वर्षं साधना केल्यावर, तिच्या बाबतीत असं झालं हे त्याच्या मनात घोळत असणार.

"नाहीतरी आम्ही आता मुलासाठी चान्स घेतोय. त्यामुळे एका परीनं झालं ते बरंच झालं. मला आता पुढे डान्सर म्हणून करिअर करताच आलं नसतं."

आपल्या बोलण्यातला फुसकेपणा तिचा तिलाच जाणवला पण पाओलोनं सहानुभूतीनं मान हलवली.

"अगदी बरोबर आहे. शक्यच नाही. कठीण आहे असं जगणं." त्यानं तिला आपल्या स्वयंशिक्षणावरच्या डीव्हीडीबद्दल सांगितलं. चांगली मागणी होती तिला. सॅडीला तो का आवडला ते समजण्यासारखं होतं. तो काही नुसता दिसायला सुंदर नव्हता. चार पावसाळ्यांचं शहाणपण होतं त्याच्याकडे. आत्तापर्यंत नक्कीच त्यानं अनेक तरुणींची मनं चोरली होती. क्लास संपल्यावर त्याच्याशी दोन शब्द बोलता यावेत म्हणून त्याच्याभोवती घोळका करणाऱ्या नवयौवनांचं चित्र तिच्या नजरेसमोर तरळलं. सहज घायाळ होणाऱ्या, त्याच्यावर जीव ओवाळून टाकणाऱ्या त्यांच्यासमोर अनुभवी सॅडी म्हणजे एखाद्या भक्कम खडकासारखी होती.

"चांगला मासा गावलाय." घरी परतताना अँथनी पाओलोबद्दल म्हणाला.

"एकंदरीत चांगला वाटतोय हा प्राणी," क्लेअरलाही पटलं

होतं, "शक्यतो लवकर आपण त्यांना आपल्याकडे जेवायला बोलावूया."

"अच्छा. म्हणजे काही दिवसात त्यांचं फाटेल. त्याआधी असंच ना?" अँथनी हसत म्हणाला.

क्लेअरनं त्याच्या पँटच्या मागच्या खिशात हात घातला. चालताना होणाऱ्या त्याच्या बळकट स्नायूंची हालचाल तिच्या हाताला जाणवली. निर्मनुष्य रस्त्यावरच्या त्यांच्या पावलांचा आवाज घुमत होता. हवा बऱ्यापैकी उबदार होती. आकाशात चांदोबा बरोबर अर्धा दिसत होता. कुणीतरी मुद्दाम कापून ठेवल्यासारखा.

"आता पुन्हा पौर्णिमा येईल." अँथनी म्हणाला. अँथनीचं हे वाक्य क्लेअरला सुखावून गेलं. पूर्ण चंद्रबिंबाकडे बघितल्यावर तिला एक प्रकारचं समाधान वाटायचं. हे एक मोठं स्वयंपूर्ण तालबद्ध चक्र होतं. अनादि कालापासून निसर्ग नियमांनुसार अविरत फिरणारं. जिना चढताना तिला जरा झिंगल्यासारखं झालं. कपडे बदलून ती पांढऱ्या शुभ्र अंथरुणावर पडली. तिला खूप छान भरून पावल्यासारखं वाटत होतं. जणू काही तिचा देह एखाद्या अंड्यासारखा होता. सहज तडा जाऊ शकेल असा. पण सध्या तो सुरक्षित होता. "थँक्यू" पायात पाय गुंफून तिच्या पाठीवरून हात फिरवत तो म्हणाला. "गुड नाईट." प्रतिसाद देता देता ती अर्धवट झोपेत शिरलीसुद्धा.

का कोण जाणे, पण तासाभरात तिला जाग आली, ती डोळ्यांवर उजेडाची तिरीप आली त्यामुळे, का कसल्यातरी फडफडाटामुळे ते तिला नीटसं कळलं नाही पण तिच्या घराजवळच एक हेलिकॉप्टर गरगरत होतं. "काय चाललंय?" डोळे चोळत ती म्हणाली. "काहीतरी तपास करत असतील. तू झोप बरं." अँथनी झोपेनं जड झालेल्या आवाजात म्हणाला. हेलिकॉप्टर जरा दूर गेलं. पण लगेच परतही आलं. इसलिंग्टनवरच चकरा मारत

होतं बहुतेक. ती उठली आणि तिनं खिडकीच्या पडद्याआडून रस्त्यावर डोकावलं. रस्त्याच्या पलीकडे पार्क केलेली आपली स्कूटर तिला दिसली. आजूबाजूच्या घरांवर गाड्यांवर सगळीकडे रस्त्यावरच्या दिव्याचा मंद प्रकाश पडला होता. एखाद्या जुन्या ब्लॅक अँड व्हाईट फोटोसारखं दिसत होतं ते. त्या हेलिकॉप्टरच्या घरघराटीमुळे ह्या संथ दृश्याला तडा जात होता. ती तिथे किती वेळ उभी होती कोण जाणे; पण अँथनीच्या आवाजानं तिची समाधी भंगली आणि आपल्यावर उगीचच एका अनामिक भीतीचं दडपण आल्याचं तिला जाणवलं.

*

खोलीच्या एका कोपऱ्यातून मिस झेल्डाचा आवाज येत होता.

"कल्पना करा की तुमचं शरीर पारदर्शक आहे."

आपण किती वेळ अंथरुणात होतो तेच क्लेअरला समजलं नाही. काळोख होता आणि ते एकटे होते. आपलं स्वतःचं शरीर हळूहळू खोल खोल जाताना तिला दिसत होतं. सगळं पिसासारखं हलकं झालं होतं आणि ती एका अथांग पोकळीत भिरभिरत होती. तिच्या डोक्यातले घण बंद झाले होते. आपल्या मेंदूतील भीती आणि दुःस्वप्नांची केंद्रं उत्तेजित झाली आहेत असं तिला वाटलं. आता तिचं डोकंपण हलकं झालं होतं. विचारांचा गुंता सुटला होता. एका फटकाऱ्यासरशी खोलीतला पसारा आवरला जावा तसं झालं होतं. क्लेअरनं डोळे उघडले आणि आपल्या पलंगाशेजारी उभ्या असलेल्या बाईला बघून ती दचकली. चांदोबासारखा गोल चेहरा आणि स्मितहास्यासाठी विलग झालेले लालभडक लिपस्टिकवाले ओठ.

"शाबास क्लेअर. फारच छान." मिस झेल्डा तिची नाडी बघत म्हणाली.

"शांत पड हवा तेवढा वेळ."

पण क्लेअर ताडकन उठली. तिला पुरती जाग आली होती आणि आपण कुठे आहोत याची जाणदेखील. बाजूच्या टेबलावर गौतमबुद्धाची एक छोटी लाकडी मूर्ती होती. दिवा लावण्यापूर्वी मिस झेल्डानं फाटकन आपल्या दोन बोटांनी तिथली सुगंधी मेणबत्ती विझवली.

क्लेअरपण उठली आणि तिनी आपल्या स्लिपर्स घातल्या. खोलीच्या भिंतींवर बाळांचे वेगवेगळ्या पोझमधले गोंडस फोटो होते. पाळण्यात पहुडलेली, गुलाबी निळ्या दुपट्यात गुरफटलेली, समाधानानं हसणाऱ्या आईच्या कुशीत विसावलेली. शंभर-एक तरी फोटो असतील. ह्या सगळ्या आया म्हणजे ह्याच हॉस्पिटलमधे दाखल झालेल्या ह्याच बेडवर तिच्यासारख्या हिप्नोटाईज केल्या गेलेल्या पेशंट्स असाव्यात असं क्लेअरला वाटलं. पहिल्यांदा या 'संतोषी' मातांचे एवढे फोटो एकसाथ बघून तिला धडकीच भरली होती; पण मग हळूहळू तिला ते चेहरे ओळखीचे वाटायला लागले होते.

नंतर हार्ली स्ट्रीटवरून जाताना क्लेअरला अचानक आपण आणखी उंच झाल्यासारखं वाटलं. जणू काही त्या थेरपिस्टच्या लेक्चरमुळे तिच्या कण्याला बळकटी आली होती. ढगामागून बाहेर डोकावत सूर्यदेवांनी हळूच कुकूक केलं आणि ते पुन्हा होते तिथे लपले. आपण या उबदार हवेत अगदीच निरुद्देश भटकतोय, आपल्याला काही नावगावही नाहीये, आपण म्हणजे दुसऱ्याच कुणीतरी आहोत अशा भन्नाट कल्पनेत क्लेअर रमून गेली. अचानक तिच्या सगळ्या जाणिवा गोठल्या आणि मग तिच्या लक्षात आलं की, आनंद म्हणजे केवळ स्वत:ला पूर्णपणे विसरून जाणं. तिला वाटलं, अँथनीचंच बरोबर असणार. आपण रिलॅक्स झालो, तरच कशी कुणास ठाऊक पण जादूची कांडी फिरेल आणि सगळं मनासारखं घडेल.

क्लेअर मेलबर्न स्ट्रीटवरच्या पॉलमधे शिरली. पुढचा पोहोण्याचा

वर्ग सुरू व्हायला अजून दीड तास अवकाश होता. त्यामुळे हिप्नोसिस सेशननंतरच्या या मधल्या वेळात पॉलमधे जाण्याचा शिरस्ताच झाला होता. तिनं जागा पटकावून नेहमीचा ग्रीन टी विथ मिल्क मागवला. तेवढ्यात बाबागाड्या घेतलेल्या दोन बायका तिथे आल्या. एकीची गाडी तर डबल डेकर होती. एकावर एक छानपैकी दोन सीट्स होत्या. त्यातली जुळी बाळं झोपली होती. बसल्याबसल्या त्यातल्या एकीनं सरळ ब्लाऊजची बटणं काढून आपल्या लहानग्याला दूध पाजायला सुरुवात केली. तिचा तो दुधाळ स्तन पूर्णपणे उघडा होता. क्लेअरनं खाली बघून आपला चहा ढवळला; पण या दृश्याकडे लक्ष न देणं कठीण होतं. असं सगळ्यांसमोर भरवस्तीत आरामात कपडे बाजूला करून मुलाला दूध पाजणाऱ्या बायकांमुळे क्लेअरलाच अवघडल्यासारखं होई. कामातुर होऊन एकमेकांवर चुंबनांचा वर्षाव करणारं जोडपं किंवा जरासा आडोसा बघून लघवीला उभे राहणारे पुरुष या दृश्यांसारखं वाटे हे तिला. ह्या खाजगी गोष्टींचं चव्हाट्यावर असं प्रदर्शन मांडण्याची काय हौस असते एकेकाला! हल्ली हल्ली तिच्या लक्षात यायला लागलं होतं की ती ज्या कुठल्या हॉटेलात, दुकानात, जिथे कुठे जाई तिथे तिच्या पाठोपाठ असा आयांचा कळप घुसे आणि तिच्या वर्मावर बोट ठेवलं जाई. त्या बायकांची बाळं तिच्यासमोर त्यांच्या छातीशी चिकटत. नेमकं हेच तर तिच्याकडे नव्हतं. या वेळी मात्र तिला त्यांचा फारसा हेवा वाटला नाही. ते बाळ भसकन ओकलं. सगळे ओघळ त्या बाईच्या उघड्या स्तनाच्या पन्हळीतून वाहू लागले. जणूकाही वांतीसाठी वापरायची पिशवीच होती ती.

"आत बाहेर" झाल्या प्रकाराबद्दल काहीही खेद, खंत न वाटून घेता ती आई म्हणाली आणि टिश्यू घेऊन तिनं आपलं अंग स्वच्छ केलं. "कसा आहे बघ गुलाम. आत गेल्या गेल्या पुन्हा बाहेर काढलंच पाहिजे."

यांची वयं काय असावीत असा विचार तिच्या मनात आला. आताशा कुणाही बाईला आपल्या मुलासोबत बघितलं की क्लेअर आपोआप त्यांच्या वयाबद्दल अंदाज बांधायला लागायची. आत्ताच्या ह्या दोघी सुदैवानं तिच्यापेक्षा मोठ्या दिसत होत्या. चाळिशीच्या उंबरठ्यावर असाव्यात. म्हणजे या जुळ्यांचा जन्म काही सहजसुलभ नैसर्गिक नसणार. हे दृश्यही हल्ली अगदी कॉमन झालं होतं. लंडनच्या रस्त्यावर हमखास चाळिशीच्या बायका आणि त्यांची जुळी किंवा तिळी मुलं हिंडताना दिसायची. त्यांच्या घरातली टेस्ट ट्यूब बेबीजची पहिली पिढी. थोड्याच दिवसांत तीही त्यांच्यात सामील होण्याची शक्यता होती. अर्थात अजून आशेला वाव होता. म्हणजे, मिस झेल्डातरी तसंच म्हणत होती. ''बाकी सगळे उपाय थकले, तरच मग ह्या मार्गाचा विचार करू.'' अगदी निराश होऊन घायकुतीला आलेली जोडपीच असं करतात असा एकंदरीत तिचा सूर होता. जणू काही हा एक कायमचा कलंक होता. आयुष्यभर छळणारा. ''एवढ्यात तरी तुला शरीरावर अत्याचार करणाऱ्या या पद्धतीचा अवलंब करायची गरज नाहीये. तुझं काही अगदी वयबीय झालेलं नाहीये.'' मित्रासारखं तिच्या खांद्यावर थोपटत ती म्हणाली होती. या शब्दांनी तिला आजीच्या मायेच्या शालीची ऊब मिळाली होती. मिस झेल्डाचं बोलणं ऐकलं की तिला नेहमी आधार वाटायचा आणि तसंही तिच्या बोलण्यात तथ्य होतंच. क्लेअर आपल्या वयानुरूप निरोगी होती. इतक्या वर्षांच्या बॅले नृत्याच्या तपस्येमुळे तिचं शरीर छान बांधेसूद राहिलं होतं. अजूनही ती जिममधे वीस वर्षांच्या तरुणीला लाजवतील असे व्यायामप्रकार सहज करू शकत होती आणि याचा तिला अभिमान होता. तिची ताठ उभं राहण्याची पद्धत, कमनीय चाल, किंचित बाहेर झुकलेली पावलं आणि ऐटबाज हालचाली यातून तिच्यातली नर्तकी उठून दिसायची.

दोन वर्षांपूर्वी अँथनीशी लग्न झालं तेव्हा फार तर सहा महिन्यांत बाळाची चाहूल लागेल असं तिला वाटलं होतं. सर्वसाधारणपणे नॉर्मल लोकांच्या बाबतीत असंच तर घडे. आता हे दोघं काही वेगळे आहेत– म्हणजे ॲबनॉर्मल वगैरे– अशी काही लक्षणं तरी नव्हती. वर्षानंतर ते एका फर्टिलिटी क्लिनिकमधे गेले. सगळ्या टेस्टचे रिझल्ट अनुकूल होते. "तुमच्यात कसलाही दोष नाहीये. बाळ न होण्याचं एकही कारण सापडलेलं नाही." डॉक्टर म्हणाले.

गोंधळलेल्या अवस्थेतच ते घरी आले. नंतर पिरिअड सुरू झाल्यावर ती थोडी निराश झाली आणि मग महिनोन्महिने ते चक्र चालूच राहिलं. तेव्हा मात्र ती आपलं वैफल्य लपवू शकली नव्हती. आपल्या वाट्याला ही काहीतरी भयंकर शिक्षा आलीये असं तिला वाटायचं; पण आपला अपराध काय आहे हे मात्र कधीच कळायचं नाही.

"अगं, तू फक्त तेहतीस वर्षांची तर आहेस. अजून मोप वेळ आहे आपल्याकडे." ती चडफडत आणि मुसमुसत बाथरूममधून बाहेर आली तेव्हा तिला शांत करण्यासाठी अँथनी म्हणाला होता; पण नंतरच्या महिन्यांमधे त्याचीही वाढत चाललेली निराशा तिच्या लक्षात आली होती. आताशा तिला जवळ घेताना तो अस्वस्थ असायचा. एकदा रात्री तिला आरशात त्याचा चेहरा दिसला होता. किती चिडचिड होती त्याच्या चेहऱ्यावर.

अंथरुणावर पडल्यावर छान हसणं-खिदळणं, दिवसभराच्या गप्पा मारणं, हे हळूहळू बदललं होतं. आता ते आढ्याकडे बघत पडून राहायचे. त्यांचा आवाज खालच्या पट्टीत यायचा. जणू ते रात्रीच्या काळोखात हळूच एखाद्या कोशात शिरायचे. त्यांच्या बोलण्यात सतत हा विषय असायचा आणि त्याचा शेवट हमखास वादावादीत व्हायचा. "जर कुठेच काही दोष नाहीये तर मग असं

का होतंय?'' तिनं विचारलं. ''कदाचित त्यांच्या नजरेतून काहीतरी निसटलं असेल.''

''तुझ्या मनाचे खेळ आहेत हे क्लेअर.'' तो म्हणाला.

त्याचा सूर आरोप केल्यासारखा होता का?

''तुला काय म्हणायचंय ही माझी चूक आहे?'' त्याच्याकडे बघत तिनं विचारलं.

''मी असं कुठे म्हटलं?''

''तसंच म्हणालास.'' बोलता बोलता तिचा आवाज चिरकला.

''तू शांत व्हावंस एवढंच वाटतंय मला.'' तिला थोपटत तो माफीच्या स्वरात म्हणाला. ''चल सोड ना, विसर मी काय म्हटलं ते.''

पण क्लेअर विसरू शकली नाही. अख्खी रात्र तिनं तोच विचार करत तळमळत काढली. हे तिच्या मनाचं खूळ होतं. तिच्या डोक्यातले खेळ. कमतरता तिच्यातच होता.

नंतर थोड्याच दिवसांत त्यांनी मिस झेल्डाची अपॉईंटमेंट घेतली होती. हार्ले स्ट्रीटवरील फर्टिलिटी गुरू. त्यांनी तिची फिकट रंगातली आकर्षक माहितीपत्रकं बघितली होती. ती खरंतर वीसेक वर्षांपूर्वीच्या पिक्चरमधल्या सेक्रेटरीसारखी दिसायची. तसेच टिपिकल उंच टाचांचे सँडल्स आणि चांगला रुंद लेदर बेल्ट. तिच्या पोटावरून हलकेच हात फिरवत ती म्हणाली, ''तुम्हाला नक्की मूल होईल. मला दिसतंय ते. विश्वास ठेवा माझ्यावर.''

त्यांनाही तिच्या आशावादाचा संसर्ग झाला. क्लेअरचा आहार आखला गेला. दर आठवड्याला तिला क्लिनिकला यायचं होतं. एका आठवड्यात ॲक्युपंक्चर आणि पुढच्या आठवड्यात हिप्नॉसिस असं टाईमटेबल ठरलं. दोघांनाही टॉनिक्स वगैरे सुरू झाली. यावरची अँथनीची प्रतिक्रिया बघून क्लेअरला हसू आवरलं नव्हतं. त्यानी अतिशय संशयानी आपल्याला दिलेली पांढऱ्या गोळ्यांची औषधाची बाटली हातात घेतली होती.

"तुझी स्पर्म क्वालिटी वाढवायचीये." मिस झेल्डानंही हसून स्पष्टीकरण दिलं होतं. "आत्ता घ्यायला सुरुवात केलीस तर तीनेक महिन्यांत छान फरक पडेल." क्लेअरसाठी काही चिनी औषधी वनस्पतींची नावं लिहून दिली होती. ती हिरवी पूड पाण्यात कालवून रोज सकाळी घ्यायची होती. तो खळीसारख्या चवीचा लगदा घशाखाली गेल्यावर क्लेअरच्या पोटात ढवळायला लागायचं.

क्लेअरनं चहा संपवला. अशा गोंडस बाळांचं दान मिळावं, म्हणून या जुळ्यांच्या आईनी काय काय उपचार करून घेतले असतील कोण जाणे, तिच्या मनात आलं. बाहेर पडताना अचानक त्या मुलांनी भोकाड पसरलं. जुगलबंदीच चालू झाली. एखादी स्पर्धा असल्याप्रमाणे आलापांची पट्टी वाढत गेली. थोड्याच वेळात त्यांनी हॉटेल डोक्यावर घेतलं आणि क्लेअरला त्या आईचा हेवा वाटायचं बंद झालं. आपल्या मागे असली काहीही कटकट नाहीये. आपण मोकळ्या आहोत याचं तिला कुठेतरी बरंच वाटलं.

मेलबॉर्न रोडवरच्या गाड्यांच्या रांगा आणि बसेस शिताफीनं चुकवत तिनं आपली गाडी किंग क्रॉसच्या दिशेनं भरधाव सोडली. कोणीतरी तिच्यासाठी सतत हॉर्न मारत होतं; पण तिनं तिकडे लक्षच दिलं नाही. ती घाईत होती. हल्ली बरेचदा पेंटनव्हिले रोडवर वाहतुकीला मज्जाव केला जायचा. सगळीकडे पोलिसांची भाऊगर्दी, मधेच त्यांच्या त्या टेपचं बंधन आणि आजूबाजूला केशरी जाकिटं घातलेली माणसं दिसायची. गेल्याच आठवड्यात सिटी रोडवरच्या दोन घरांना पोलिसांचा वेढा पडला होता. कामावरून घरी येताना तिनं पाहिलं होतं. घराच्या आतबाहेर, इकडेतिकडे त्यांचा तपास सुरू होता.

क्लेअरनं मागच्या गल्ल्यांमधून आणखीनच वेगानं आपली स्कूटर हाणली. तिला उशीर करून चालणार नव्हतं. विशेषत: मिसेस रॉस नेहमीच फार घाईत असायच्या त्यामुळे हे परवडण्यासारखं नव्हतं.

पण तरीही त्या तिच्या आधी पोहोचून जिमच्या दारातच तिची वाट बघत थांबल्या होत्या.

"सॉरी हां. पण ट्रॅफिक खूपच..." तिनं माफीचा सूर लावला. तेवढ्यात मिसेस रॉसनी मान हलवत सांगितलं. "ठीकेय. ठीकेय. मी तासाभरात येते." नोराचा पापा घेऊन त्या गेल्यासुद्धा. त्या नेहमी कुठल्यातरी पार्टीला वगैरे जात असल्यासारख्या जामानिमा करून यायच्या. आत्ता या तासाभरात त्या कुठे जाणार असतील? काय करणार असतील? क्लेअरच्या मनात आलं. अर्थात याच्याशी तिचा काहीही संबंध नव्हता म्हणा.

"काय मग जायचंय ना पोहायला?" तिनी रडतराऊ नोराला घोड्यावर बसवलं.

पण नोरानं नाइलाजानंच मान हलवून होकार दिला.

क्लेअरला एका वेळी एकालाच शिकवायला आवडायचं. नाहीतरी तिच्याकडे येणारी मुलं, ही आधी ग्रुपमधे पोहणं शिकण्याचा अयशस्वी प्रयत्न करून पाहिलेली असायची. आत्तापर्यंत तिच्या हाताखालून गेलेल्या मुलांमध्ये नोरा सगळ्यात अवघड विद्यार्थिनी होती. तिनं पाण्याचा इतका धसका घेतलेला होता की तिला पोहायला शिकायला युगं लागली असती.

नोराचा हात घट्ट पकडून क्लेअरनी तिला लॉकर रूममधे नेलं. तिथला ओला दमट क्लोरीनचा वास नाकात गेल्याबरोबर क्लेअरला कामाचा मूड आला.

दिवसाच्या या प्रहरी पूल जवळजवळ रिकामाच असे. आत्ता खोल पाण्यात दोघं जण होते. आणि बाकी एकदोन मुलं या बाजूला डुंबत होती.

"मागच्या वेळी आपण कसं खेळलो आठवतंय का?" तिनं विचारलं.

पण नोरानं स्वत:च्या संरक्षणासाठी हाताची घट्ट घडी घातली

आणि मानेनंच 'नाही' म्हणून उत्तर दिलं. तिला पोहायचा क्लास नको होता हे अगदी उघड होतं.

तेवढ्यात क्लेअरला ती दिसला, जग जिंकल्याच्या आविर्भावात तिनी आपलं वाढलेलं पोट त्या निळ्या स्विमिंग ड्रेसमधे कसंतरी कोंबून बसवलं होतं आणि त्यामुळे तो ड्रेस पोटावर वेडावाकडा ताणला गेला होता. आपले काड्यांसारखे निस्तेज हातपाय हलवत ती पुलाच्या कडेला उभी होती. ते बघून क्लेअरला एकदम ऑक्टोपसच आठवला. फारच विचित्र ध्यान दिसत होतं ते. ती बाई हळूहळू पुलाच्या शिडीवरून खाली पाण्यात उतरली. पाण्यात उताणं झोपून तिनं अतिशय सफाईनं पोहायला सुरुवात केली. एखाद्या बेटासारख्या तिच्या त्या वरखाली होणाऱ्या पोटावर क्लेअरची नजर खिळून राहिली. त्या पोटातला गर्भदेखील त्याच्या भोवतालच्या पाण्यात पोहोतच तर होता, क्लेअरच्या मनात आलं. नोरापण अशीच मिसेस रॉसच्या पोटात पोहोलेली असणार. ही काही फार जुनी गोष्ट नव्हती. पण आता मात्र आपले भीतीनं विस्फारलेले पिंगट डोळे पाण्यावर रोखून ती थरथरत उभी होती. सात वर्षांत चांगलीच गडबड झाली होती. क्लेअरनं जवळजवळ कुजबुजतच तिच्याशी बोलायला सुरुवात केली. "मी धरणारे तुला. माझ्यावर विश्वास ठेव." नोरानं पाण्यात शरीर कसं हलकं होतं ते अनुभवावं. म्हणून तिनं नोराच्या पाठीला हातानं आधार दिला होता.

"बघ. तू तरंगू शकतेस." तिची पाण्याशी ओळख व्हावी आणि तिची भीड चेपावी यासाठी हा प्रयत्न होता. तिला वाटणारी बुडण्याची भीती कमी व्हायलाच हवी होती. पाण्यात स्वतःवर ताबा राहत नाही आपण असहाय होतो. ही भावना जायला हवी होती. जेव्हा नोराला आपल्या सुरक्षिततेची जाणीव झाली. तेव्हा तिनं छानसं हसून क्लेअरकडे पाहिलं. क्लेअर याच क्षणाची वाट बघत होती. तिचं हास्य हे क्लेअरसाठी मोठ्ठं बक्षीस होतं.

"करायचा का आता प्रयत्न?" दोघींमधे फारतर दोनेक मीटर्सचं अंतर होतं. क्लेअर चांगली पाय रोवून एखाद्या अभेद्य खडकासारखी उभी होती. नोरानं तोंड घट्ट आवळून धडपडाट करत, तिच्या दिशेनी बेडकासारखं कसेतरी धडपडाट करत हात मारायला सुरुवात केली. "वर बघ. वर बघ." क्लेअर ओरडली आणि नेमक्या त्याच वेळी नोरानं उडी मारत तिच्या गळ्याला मिठी मारली. क्लेअरचा जवळजवळ तोलच गेला.

"मला सोडू नकोस. मला सोडू नकोस." नोराची बोबडी वळली होती. तिने क्लेअरला आणखी जोरात आवळलं. तिचा जोरात चाललेला श्वास क्लेअरला जाणवला. मूर्तिमंत भीती. तिनं नोराच्या डोक्यावर थोपटलं. ही नुसती प्रतिक्षिप्त क्रिया होती का नोराच्या प्रेमाला दिलेला प्रतिसाद होता?

ती प्रेग्नंट बाई पाण्यातून बाहेर पडली आणि कपडे बदलायला जाताना या दोघींकडे बघून गालातल्या गालात हसली. त्या दोघींची चोरी पकडल्यासारखे भाव होते तिच्या चेहऱ्यावर. 'कदाचित तिला वाटलं असेल की नोरा माझीच मुलगी आहे.' एकंदरीत दृश्य तसंच होतं, हे क्लेअरच्या लक्षात आलं.

तिला अतिशय वाईट वाटलं. अतीव दुःखाची लाट एकदम अंगावर यावी आणि त्या धक्क्यानं तोल जावा तसं झालं. थरथरणारी नोरा तिला आणखीन आणखीन चिकटत होती. क्लेअरला आता तिला पोहोण्याचे पुढचे धडे द्यावेसे वाटलेच नाहीत. इथून शक्यतो लवकर बाहेर पडावं. नोराला एखादं छानसं आइस्क्रीम घेऊन द्यावं आणि मग दोघींनी रमतगमत एखाद्या बागेत जावं, असं तिच्या मनात आलं. मग तिथल्या बाकावर बसून क्लेअर तिला पोहायला शिकणं एवढं महत्त्वाचं का आहे, ते शांतपणे समजावून सांगू शकली असती. ही कला म्हणजे केवळ एखाद्या अपघाताच्या क्षणी जीव वाचावा म्हणून शिकायची गोष्ट इतक्या थोट्या अर्थानं

क्लेअर या सगळ्याकडे बघत नव्हती. प्रगतीच्या बाबतीत 'भीती' ही सगळ्यात मोठा अडथळा आणि विघ्न होतं. इतकं सोपं होतं हे. या भीतीवर काबू मिळवून तिचं रुपांतर आपल्या शक्तीत केलं की डोकं पाण्यावर ठेवायला शिकणं बिलकूल अवघड नव्हतं. फाटकन तिनं आपल्या गळ्याभोवतालचे नोराचे हात बाजूला केले. "चल, पुन्हा प्रयत्न करूया" तिच्या आवाजात जरुरीपेक्षा जरा जास्तच जरब डोकावली.

संध्याकाळी ते दोघं जेवणानंतर किचनमधे निवांत हात वाळवत बसले होते. अँथनीनं सिगारेट शिलगावली होती. त्या वेळी तिनं पहिल्यांदाच त्याच्याकडे नोराचा विषय काढला. "काही मुलांबद्दल जरा जास्त माया वाटणं अगदी स्वाभाविक आहे" नाकातून धूर सोडत तो म्हणाला. "पण स्वत:वर थोडा ताबा ठेव." क्लेअरनं मागचं आवरायला घेतलं. ताबा ठेव म्हणे. निर्वाणीच्या इशाऱ्यासारखं वाटलं तिला. उगीच खडखडाट करत तिनं डिशवॉशरमधे खरकटी भांडी टाकली. हिप्नॉसिस सेशननंतरची तणावमुक्त अवस्था कधीच संपली होती. नंतर सोफ्यावर त्याला लगटून बसून टीव्ही बघताना तिचं समोर चाललेल्या पिक्चरकडे लक्षच नव्हतं. तिच्या डोक्यात अजूनही नोराच होती. तिच्या खोलीत काय काय असेल, मिसेस रॉस तिला कशा झोपवत असतील, झोपवताना एखादी गोष्ट सांगत असतील का, वाचूनबिचून दाखवत असतील का, का सरळ गुडनाईट आणि दिवा बंद?

*

काय बोलावं तेच क्लेअरला कळत नव्हतं. म्हणजे तिनं नाही म्हणण्याचा प्रश्नच नव्हता. उलट तिला आवडलंच होतं. नोरा आणखी अर्धा तास आपल्यापाशी राहणार याचा तिला आनंदच

झाला होता; पण ती तसं काहीही म्हणाली नाही. तिनं आपण खूप कामात आहोत आणि हे कसं काय जमणार अशा अर्थानं घड्याळावर नजर टाकली.

"मला यानंतर दुसरा क्लास नाहीये. त्यामुळे फारसा प्रॉब्लेम नाही होणार."

"छानच झालं." मिसेस रॉस आनंदानं चित्कारल्या. "अर्थात तुझ्या या जास्तीच्या वेळाचे वेगळे पैसे देईन मी तुला."

आत्तापर्यंत कोणत्याही पालकांनी तिला असं काही विचारलं नव्हतं. दुसऱ्या कुणी विनंती केली असती तर तिनं सरळ नाहीच म्हटलं असतं. ती एक शिक्षिका होती, बेबीसिटर नव्हती; पण ही गोष्टच वेगळी होती. नोराला सांभाळायचं होतं. तिचा पोहोण्याचा क्लास काही आठवड्यांपूर्वी सुरू झाला. तेव्हापासून त्याबाबतीत दिवसेंदिवस अधोगतीच होत होती. बाबापुता करून तिला पाण्यात उतरवायलाच अर्धा अर्धा तास लागे. घोडा जसा एकदम पाण्यात पाय टाकायला घाबरेल त्याप्रमाणे नोरा पहिल्यांदा साफ नकारच देई. कशीतरी एकदा ती पाण्यात उतरली तरी मग नुसती शिडीला पकडून घाबरून थरथरत उभी राही. हे अजिबात नॉर्मल नव्हतं. आपल्याकडे खूप पेशन्स आहे, याचा एरवी क्लेअरला अभिमान वाटे; पण नोराच्या बाबतीत तिच्या सहनशक्तीचा अंत व्हायला आला होता.

"तुला माहितीये नोरा आज इथेच थांबूया." नोराला आश्चर्य वाटलं पण मग तिनं सुटकेचा नि:श्वास टाकला.

क्लेअरनं तिला कपडे बदलायला मदत केली. पांढरा फ्रॉक आणि मॅचिंग सँडल्स. आपला बापुडवाणा दिसणारा ओला स्विमिंग ड्रेस नोरानं घाईनं एका प्लॅस्टिकच्या पिशवीत कोंबला. आपल्या अपयशाचा कोणताही पुरावा तिला दृष्टीसमोरदेखील नको होता. बाहेर उन्हात आल्यावर दोघींनाही एकदाचं सुटल्यासारखं वाटलं.

अपर स्ट्रीटवरून चालताना नोरा अगदी वेगळीच भासत होती. तिच्या बाजूनं लुटलुटत गेलेल्या एका कुत्र्याच्या पिल्लाकडे बघून ती गोड हसली. आता तो स्विमिंग पूलमधला छळ संपला होता. सगळीकडे मस्त मज्जा होती. खरंच लहान मुलांचे मूड्स किती पटकन बदलतात. स्विमिंग पूलवरचा त्रासदायक प्रकार विसरण्यासाठी नोराला छान खाऊ घेऊन द्यावा असं तिला वाटलं. तो काचेचं दार असलेला अपर स्ट्रीटवरचा कॅफे दिवसाच्या या वेळी जवळजवळ निर्मनुष्य होता. तिथे अतिशय सुंदर, तोंडाला पाणी सुटेल असे केक आकर्षक पद्धतीनं मांडून ठेवले होते. नोराला त्यातला एखादा द्यावा म्हणून तिनं भरपूर आइसिंग केलेला चॉकलेट केकचा एक तुकडा उचलला.

तिथल्या उंच स्टुलावर बसून बाहेरच्या फुटपाथवरची मजा बघत नोरानं केकचा फन्ना उडवला. क्लेअर तिचं आवडीनं चाललेलं खाणं एकटक बघत होती. तिनं हातानंच केकचे छोटे छोटे तुकडे केले आणि एकेक तुकडा अलगद तिच्या तोंडात गडप झाला. कोल्ड ड्रिंक पिताना शेवटी नोरानं स्ट्रॉचा फुर्रकन आवाज केल्यावर क्लेअरला आपलं बालपण आठवलं. बर्लिनमधे उन्हाळ्याच्या सुट्टीत केलेला दंगा अणि आईनं अंगणात आणून दिलेलं लिंबू सरबत. ती आणि तिची बहीण अ‍ॅना वाट्टेल तेवढं सरबत प्यायच्या आणि मग कुणाचं पोट जास्त टम्म फुगलंय, याची तुलना सुरू व्हायची.

"तुला कुणी भाऊ-बहीण आहेत?" क्लेअरनं विचारलं. "नाही." शेवटचा कण बोटानं चाटून खाताखाता नोरा उत्तरली.

एकुलती एक होती तर नोरा. घरात वाढणारं एकटं मूल. त्या घटकेपासून क्लेअरच्या मनात मिसेस रॉसबद्दल अढी बसली. अर्थात हे चुकीचं होतं. तिला अशी काय माहिती होती त्यांच्याबद्दल? शून्य. पण एकंदरीतच मिसेस रॉस जरा जास्तच रुक्ष वाटल्या होत्या. पहिल्या भेटीपासूनच तिला त्यांच्याशी कामाव्यतिरिक्त

काही बोलावं असं वाटत नसे.

"तुला खरंच पोहायला अजिबात आवडत नाही, बरोबर ना?"

"मी हे शिकावं असं आईला वाटतं. म्हणजे मग सुट्टीतही तिला माझ्याकडे लक्ष द्यायला नको. आम्ही स्पेनला गेलो होतो ना तेव्हा मी जवळजवळ बुडालेच होते." तिनं सांगितलंन ती बीचवर खेळत होती. शंख शिंपले गोळा करता करता ती पाण्यात शिरली. अचानक एक मोठ्ठी लाट तिच्या अंगावर आली. तिचा तोल गेला. ती भेलकांडली. तिच्या नाकातोंडात पाणी गेलं. मधेच थोडं वर येता आलं. तेव्हा तिनं कसाबसा श्वास घ्यायचा प्रयत्न केला. पण तेवढ्यात पाठोपाठ आलेल्या लाटेनं ती पुन्हा खाली ढकलली गेली.

"त्या माणसानं मला वाचवलं." तो माणूस. ती बाबा वगैरे काहीही म्हणाली नव्हती. नावही घेतलं नव्हतं. त्रयस्थासारखं आपलं 'तो माणूस'. हे क्लेअरच्या लक्षात आलं. "आणि आई भयंकर चिडली." अर्थातच. आपलं मूल बुडतानाही ती स्वत:तच मश्गुल होती. मुलीचा अक्षरश: जीव जायची पाळी आली होती. क्लेअरला खूप चीड आली. तिला खरं तर खूप प्रश्न विचारावेसे वाटत होते – म्हणजे तुझे बाबा कुठे असतात वगैरे. पण आपण उगीचच चांभारचौकश्या करतोय असं व्हायला नको म्हणून ती थांबली. या अनुभवामुळे नोराला पाण्याची प्रचंड भीती बसली होती आणि हे साहजिकच होतं; पण आत्ता या घडीला नोरा तिच्या बरोबर होती. तिच्या जिवावर वगैरे बेतलं तर तिची कशी काळजी घ्यावी लागेल तशी तिची काळजी घ्यायची क्लेअरची इच्छा होती, जणू नोराचं पुढचं पाऊल तिला पाताळात नेणारं ठरणार होतं.

"आता आपण परी बघायला जाऊया का?" पुढ्यातली रिकामी बशी आणि ग्लास लांब सरकवत नोरानं विचारलं. तिला काय म्हणायचंय हे कळायला क्लेअरला जरा वेळच लागला.

प्लाझा अगदी एखाद्या मार्केटइतका घाणेरडा होता. घोड्याच्या

नालाच्या आकारात चिकटून चिकटून ओळीनं उभी असलेली उघड्यावरची दुकानं. लिफ्टनं त्या पहिल्या मजल्यावरच्या थिएटरपाशी पोहोचल्या. बाजूलाच एक रेस्टॉरंट होतं.

त्या दोघी चौकाच्या मध्यभागी थबकल्या. त्यांच्या समोरच ते देवदूताचं शिल्प होतं. जेव्हा जेव्हा क्लेअर इथे काही खरेदी करायला म्हणून यायची, तेव्हा तेव्हा हटकून तिचं या शिल्पाकडे लक्ष जायचं. त्याच्या साईझनंच टोपी पडायची. चार काटकुळ्या पावलांवर तोललेले ते भलेमोठे चंदेरी पंख. उड्डाणासाठी सज्ज असलेले. उन्हात चमकणारा धातू. लोखंडी देवदूत. दुकानात शिरणाऱ्या आणि बाहेर पडणाऱ्या लोकांवर उंचावरून नजर ठेवणारा.
"या परीला तोंडच नाहीये?" नोरानं विचारलं.

"नाही बेटा. देवदूतांना चेहरे नसतात." बोलता बोलता क्लेअर थांबली. आपण असं का सांगितलं, की देवदूत बिनचेहऱ्याचे असतात हे तिचं तिलाच कळलं नाही.

"म्हणजे ही परी दुष्ट असणार." नोरा निष्कर्ष काढून मोकळी झाली.

क्लेअरनं ते शिल्प नीट निरखून पाहिलं. तो एका योद्ध्याचा पुतळा होता. आक्रमक हल्ला करायला सुसज्ज असा.

"नाही." नोराच्या डोक्यावर थोपटत बऱ्याच वेळानं क्लेअरनं उत्तर दिलं. "काय आहे माहितीये का, हा देवदूत गाढ झोपलाय आणि हे बरंच झालं ना. त्याला कधीच जाग येता कामा नये."

तिनं अगदी सहज नोराचा हात धरला. नोरालाही त्यात काही वेगळं वाटलं नाही. एका लहानग्याचा हात धरून त्या दुकानांच्या गर्दीतून वाट काढताना क्लेअरला एक प्रकारचा अभिमान वाटत होता. बघणारे तिला नोराची आईच समजत होते आणि याला तिचा काहीच आक्षेप नव्हता. तिच्या मनात आलं की नोराबरोबर घरी राहायला किती मजा येईल! किचनमधे काम करता करता तिचा गृहपाठ घेणं. प्रत्येक कामातली तिची लुडबूड. क्लेअर

गॅसपाशी काही करत असेल तर तोपर्यंत नोरा तिघांची पानं घेऊ शकेल. रोजचं असं छान रुटीन ठरूनच जाईल. मग क्लेअर तिला हॅन्स ख्रिस्टीन अँडरसनच्या पुस्तकातली एखादी गोष्ट वाचून दाखवेल. 'आता दुसरी आता दुसरी.' नोरा हट्ट करेल आणि मग तिला झोप लागेपर्यंत क्लेअरचं वाचन चालू राहील.

मिसेस रॉसनी तिला या स्वप्नरंजनातून बाहेर काढलं. नोराला मिसेस रॉसबरोबर परत पाठवायचं क्लेअरच्या जिवावर आलं होतं. काय काय मजा केली या दोघींनी तेही विचारायची तोशीस घेतली नाही त्यांनी. क्लेअर त्या दोघींच्या पाठमोऱ्या आकृत्या बघत होती. तेवढ्यात अचानक नोरानं मागे वळून बघितलं आणि तोंडभर हसून तिला टाटा केलं. तिचं असं अनपेक्षितपणे हात हलवणं क्लेअरच्या मनात दिवसभर रेंगाळत राहिलं. नोराला ती मनापासून आवडत होती याचंच तर लक्षण होतं हे. नाही तर असं कशाला केलं असतं तिनं? जर तिला क्लेअर आवडत नसती तर ती परत वळून हसून बाय बाय करायच्या फंदात पडली नसती. ती सरळ आईचा हात धरून चालू पडली असती ना! उलट आई भेटल्याचाच आनंद जास्त झाला असता तिला. पारडं तिच्या बाजूनं झुकलं होतं हे नक्की. मुलं खोटं बोलत नाहीत. आता मात्र क्लेअरला आपलं रिकामं घर खायला उठलं. तिनी बाहेरच्या आवाजांचा कानोसा घेतला. रस्त्यावरचं नेहमीचं ट्रॅफिक. लांबवर कुठेतरी कोकलणारं कुत्रं. सगळं जसंच्या तसं होतं. फक्त घरात तेवढी भयाण शांतता होती.

*

तिचं कुटुंब पूर्ण युरोपभर फैलावलेलं होतं. आईवडील बर्लिनमधे स्थायिक झाले होते. ॲन हॅम्बर्गला राहत होती. एक काकू बार्सेलोनाला होती तर एक काका तौलहौसला. फोन आणि ई-मेलद्वारा ती

सगळ्यांशी संपर्क ठेवून होती पण तिला ॲनची कमी जाणवायची. आई झाल्यापासून ॲन खूप बदलली होती. तिच्या आवाजातून, सुरातून प्रत्येक वेळी तिला असलेली एक अनोळखी घाईच ऐकू येई. पूर्वी त्या दोघी, काही खुट्ट झालं की एकमेकींना फोन करत. आता मुश्किलीनं आठवड्यातून एकदा गाठ पडे आणि तेव्हाही होणारं संभाषण तुटकतुटकच असे. कधीकधी ॲन बाळाच्या हातात काहीतरी खेळणं द्यायला म्हणून फोन मधेच खाली ठेवी तर कधी कधी खाली सांडलेलं, पडलेलं आवरायचं असे. क्लेअरनं जर विचारलं की नंतर फोन करू का म्हणून तर ॲन तिला फक्त जरा थांबायला सांगायची. मधेच बॅकग्राउंडला कार्लचं बाळाशी चाललेलं बोबडं बोलणं ऐकू यायचं किंवा मग खुळखुळ्याचा आवाज कानावर पडायचा. हल्ली मागे सतत काही ना काही आवाज असायचेच. रविवारी दुपारी फोनवर तासन्‌तास चालणारं दोघी बहिणी-बहिणीतलं गुफ्तगू पार हरवलं होतं. हातात चहाचा कप घेऊन आढ्याकडे बघत सोफ्यावर बसकण मारणं आणि बर्लिनमधल्या लहानपणीच्या आठवणींत रमणं. जुन्या मित्रांच्या भांडणाच्या कथा, मैत्रिणींची लग्नं, मेकअपच्या लेटेस्ट टिप्स... शेवटी फोन धरून धरून कानाला घाम येईपर्यंत किंवा अँथनीनं घड्याळ दाखवत तास होऊन गेल्याचं लक्षात आणून देईपर्यंत गप्पा रंगत.

ॲनला दिवस गेल्यापासून बोलण्याचे विषय अर्थातच बदलले होते. ॲन आपल्या मोबाईलवरून खेळण्यांचे, कपड्यांचे फोटो पाठवे. मुलांच्या खोलीला कुठला रंग द्यावा, प्लॅस्टिकच्या खेळण्यापेक्षा लाकडी खेळणी बौद्धिक वाढीला जास्त चांगली असतात का, अशा गहन विषयांवर आता चर्चा होई. कधीकधी ॲन काहीतरी गमतीदार किस्सा सांगे. म्हणजे एकदा रस्त्यातून जाताना एका अनोळखी माणसानं तिला थांबवलं आणि तिच्या पोटावरून हात फिरवला तर चालेल का म्हणून विचारलं होतं. तिचं टम्म फुगलेलं

पोट त्याला आकर्षक वाटलं होतं. एकदा ती कार्लबरोबर एका क्लासला गेली होती. तिथे लहान बाळाच्या साईझची प्लॅस्टिकची बाहुली घेऊन मुलाला कडेवर घ्यायची प्रॅक्टिस करायची होती. तो सगळा प्रकारच ॲनच्या मते फार हास्यास्पद होता. आता मानव पृथ्वीवर अवतीर्ण होऊन दोनेक लाख वर्षं होऊन गेली होती. आत्तापर्यंत कुणी कुणी असलं प्रशिक्षण घेतलं होतं? काय फरक पडला होता?

ॲनला त्या हुरळून जाऊन स्वत:ही मुलांसारखेच चिवटेबावटे पिनो वगैरे घालणाऱ्या नूतन माता अजिबात आवडत नाहीत हे कळल्यावर क्लेअरला मात्र एकदम हायसं वाटलं होतं.

लवकरात लवकर आपलं काम पुन्हा सुरू करायची ॲनची इच्छा ऐकून तर क्लेअरला आनंदाचं भरतं आलं होतं. मूलबाळ झाल्यावरदेखील ही आपली पूर्वीचीच ॲन राहणार आहे याचंच हे चिन्ह होतं.

तिचे दिवस भरत आले तेव्हा क्लेअर जवळजवळ रोज तिला फोन करायची. तीही ॲनइतकीच एक्सायटेड होती. तिलाही तितकीच काळजी वाटत होती. एक प्रकारचं समाधानही होतं की, तिला ॲनच्या गर्भारपणातील सगळ्या अवस्था बघायला मिळत होत्या. एक प्रकारे त्यांच्या लहानपणासारखंच होतं हे. पाच मीटर उंचीच्या बोर्डवरून पहिल्यांदा पाण्यात उडी मारायची होती तेव्हा ॲन मोठी असल्यामुळे पुढे झाली आणि क्लेअरनं तिचं अनुकरण केलं. मोठी बहीण सोबत असली की एक प्रकारची सुरक्षितता वाटे. पुढची वाट दाखवायला कुणीतरी असे. वाटेतले काटेकुटे तिच्यासाठी कुणीतरी बाजूला केलेले असत. झाडाची मधे येणारी फांदी हातांनी बाजूला धरून कुणीतरी खोळंबलेलं असे.

मार्गारेथच्या जन्मानंतर आठवड्यानं क्लेअर आणि अँथनी लंडनहून हॅम्बर्गला गेले होते. तोपर्यंत त्यांच्या कुटुंबातल्या सगळ्यांचा

नंबर लावून झाला होता. आई-बाबा, भाऊ-बहिणी, काका-मामा-आत्या झाडून सगळे येऊन गेले होते. सगळ्यांनाच या नव्या पाहुणीला बघायची घाई होती. मार्गरिथ चांगलं जुनं भरभक्कम नाव. अँथनीला हे नाव आवडलं नव्हतं आणि त्यानं ते उघड बोलूनही दाखवलं होतं. हॅम्बर्गला जाताना यावरून विमानात त्यांचं सॉलिड वाजलेलं क्लेअरच्या लक्षात राहिलं होतं.

"कसलं राकट नाव ठेवलंय. इतक्या गोड मुलीला शोभत नाहीये," हे ऐकून ती वैतागली होती. "अर्थात सुरेख नाजूक फुलांची नावं तरी काय असतात तर म्हणे गुलाब आणि मोगरा."

"त्याचा काय संबंध? मला ही नावं आवडतात."

"मला नाही आवडत. पण मला एक कळत नाही की ब्रिटिश बायका मुलांसाठी नावं शोधताना मुद्दाम 'हटके' नावांचा विचार का करतात? असं वाटतं की इंग्लंडमधली एक संपूर्ण पिढी फळं आणि मसाल्यांच्या नावांनी ओळखली जाईल. सफरचंद काय, व्हॅनिला काय, दालचिनी, केशर इतकं हास्यास्पद वाटेल हे."

नंतर अँथनी विमानातल्या मासिकात बुडून गेला. "काहीही झालं, तरी माझ्या मुलीला ही अशी जर्मन नावानं हाक मारलेली मला नाही चालणार. मार्गरिथ म्हणे. अजिबात जमणार नाही."

खरं तर क्लेअरलाही हे नाव तितकंसं आवडलेलं नव्हतं; पण त्यानी या नावाची अशी सरळसरळ खिल्ली उडवल्यामुळे ती दुखावली गेली आणि तिच्यावर बहिणीची बाजू मांडण्याची पाळी आली. आता मुद्दा केवळ या बाळाला ते नाव ठेवलं हा नव्हता तर एका पारंपरिक जर्मन नावाला नाकं मुरडल्याचा होता. तिच्या मनात हे स्पष्ट होतं; पण ही वादावादी आणखी लांबवण्याची तिची इच्छा नव्हती. त्यामुळे उतरायची वेळ होईपर्यंत तिनं आपलं तोंड शिवून घेतलं.

ॲनचं घर थोडंसं टेकडीच्या एका अंगाला होतं. घराजवळून एल्स्टर नदी वाहत होती. पांढरंशुभ्र, चौकोनी बसक्या छपराचं ते घर. मॉडर्न होतं; पण भपका नव्हता. अँथनी त्याला 'ठोकळा' म्हणायचा.

घरात बाळ आलं, की सगळं पूर्णपणे उलटसुलट होईल अशी क्लेअरची अपेक्षा होती. एखाद्या चक्रीवादळाचा तडाखा बसल्यासारखं होईल असं काहीसं वाटलं होतं तिला; पण फक्त किचनमधेच दुर्लक्ष झालेलं दिसत होतं. तयार मागवलेल्या पदार्थांची रिकामी डबडी आतल्या अवशेषांसकट कचऱ्याच्या डब्यापाशी आ वासून पडलेली होती.

तिचे आईबाबा आदल्या दिवशीच परत गेले होते. तिथल्या आईच्या वावरखुणा क्लेअरच्या नजरेतून सुटल्या नव्हत्या. खाऊची असंख्य पुडकी. बाकी सगळ्यांनी फुलं आणली होती. पण खरी गरज तर खाऊचीच होती. आईच्या हे बरोबर लक्षात आलेलं होतं.

"अगं, त्यांचा पायच निघत नव्हता. शेवटी आम्हाला त्यांना अक्षरश: घालवावं लागलं." कार्ल हसत हसत सांगत होता, "जाम चोंबाळायचे मागरिथला. इतके पापे घ्यायचे तिचे. मला तर वाटलं आता खाऊनबिऊन टाकताहेत की काय."

"अरे, तान्ह्या बाळाच्या अंगाला जावळाला सुरेख वास येतो ना म्हणून." अँथनी म्हणाला.

"माऊच्या पिल्लासारखा. गवताचा आणि दुधाचा." पाळण्याभोवती कोंडाळं करून त्यांच्या गप्पा चालल्या होत्या. मागरिथ टुकूटुकू बघत होती. मधूनच तोंडानं फुर्र फुर्र चालली होती. क्लेअरनं हळूच आपलं बोट तिच्या हाताजवळ नेलं तर तिनं ते आपल्या चिमुकल्या हातात जाम धरून ठेवलं. "डोळे अगदी तुझ्यासारखे आहेत." अँथनी ॲनला म्हणाला. "माझ्यासारखी भरभक्कम रुंद हनुवटी घेतली नाही म्हणजे मिळवली." कार्लनं खुशीत शेरा मारला. क्लेअरला मात्र त्या नव्या जीवात कसलंही

साम्य दिसत नव्हतं. कुठल्यातरी परग्रहावरून चुकून या पाळण्यात आल्यासारखी दिसत होती मार्गारेथ. अजून तरी तिचा या परक्या जगाशी काहीही संबंध नव्हता. आईच्या पोटातल्या सुरक्षित कवचाशीच तिची नाळ जुळलेली होती. नवजात शिशुच्या नजरेला हे जग किती प्रचंड भासत असेल, क्लेअरच्या मनात आलं. हॉस्पिटलमधल्या थंडगार वातावरणात एकदम भक्क उजेडात जन्माला येणं आणि या जगात पाऊल ठेवल्याठेवल्या अनेक अनोळखी हातांचा स्पर्श सहन करणं किती क्रूर वाटत असेल! ही गोष्ट जन्मापूर्वी कितीतरी आधी सुरू झालीये. पुढचं सगळं परस्पर आखलं गेलंय मुख्य म्हणजे आता आपल्यासारख्या पिटुकल्या जीवाला आलिया भोगासी म्हणण्याव्यतिरिक्त निवडस्वातंत्र्य वगैरे काहीही नाहीये हे कळून चुकणं. तसं पाहिलं तर किती भयाण होतं हे. कदाचित ह्या सगळ्याचा निष्फळपणा लक्षात आल्यामुळेच मार्गारेथनं अचानक किंचाळायला सुरुवात करून आपला निषेध नोंदवला. ॲननं तिला उचललं आणि दूध पाजायचा प्रयत्न केला पण तिनं मान फिरवली आणि चढा सूर लावला. पूर्ण जोर एकवटून रडल्यामुळे तिचं शरीर ताठ झालं होतं. बिचारी ॲन. तिला काय करावं ते सुचेना. ॲनचाही एकदम अवतार झाला होता, केसबिस विस्कटलेलेच होते; पण तरीही तिच्या चेहऱ्यावर समाधान होतं. तिनं इतक्या वात्सल्यानं मार्गारेथच्या कपाळाचं चुंबन घेतलं की, आता ह्यापुढे कायम हे भोकाड पसरलेलं इवलंसं बाळ हेच ॲनचं सर्वस्व असणार याबाबत क्लेअरच्या मनात तिळमात्रही शंका उरली नाही. बाळाला खांद्यावर टाकून गुणगुणत ॲननं खोलीत शतपावली सुरू केली आणि हळूहळू मार्गारेथही सुस्तावली. आई आणि बाळाचा चाललेला हा नि:शब्द संवाद क्लेअर बघत होती. सगळी भाषा फक्त स्पर्शाची होती. संवादाचं सगळ्यात अवघड पण प्रभावी साधन.

"झोपेलाच आलीये." ॲन म्हणाली आणि तिनं बाळाला पाळण्यात ठेवलं. सगळे बाहेरच्या खोलीत गेले आणि काही क्षणांसाठी क्लेअर एकटीच बाळापाशी राहिली. तिनं बाळाला नीट निरखून पाहिलं. सगळं कसं नीटस आणि जागच्या जागी. ह्या कोड्याची उकल तिला जमेना. आपल्या बहिणीनं इतक्या सुंदर बाळाला जन्म दिला याचा तिला अभिमान वाटला. ही पुढची पिढी होती. त्या दोघींचं रक्ताचं नातं असल्यामुळेच क्लेअरला अचानक आपल्या वाढलेल्या जबाबदारीची जाणीव झाली असावी.

"ऑल इज वेल." ती हळूच म्हणाली, "अजून तुला उलगडा झाला नसेल; पण आता तुला प्रत्येक वस्तूचं नाव आणि त्या शब्दाचा अर्थ कळेल. मग सगळं सोपं होईल. तुकडे जुळले की कसं छान चित्र तयार होतं तसं. तुझ्या पाळण्यावर हा आईनं म्युझियममधल्या दुकानातून घेतलेला अलेक्झांडर काल्डर मोबाईल का टांगलाय माहितीये? कारण तुझी आई आर्किटेक्ट आहे. तिला असल्या गोष्टींची आवड आहे आणि ती तूही जोपासावीस असं तिला वाटतं. पालकांची सर्वसाधारणपणे अशीच अपेक्षा असते. आपल्या मुलांना ते हाच वारसा देतात आणि हेच तर तुझं सुदैव आहे मार्गारिथ. तू एकदम चांगल्या घरात आलीहेस. इथे तू सुरक्षित आहेस. तुझे आईबाबा चांगले हुशार, सुशिक्षित आहेत. हॅम्बर्गच्या सगळ्यात चांगल्या वसाहतीत वाढणारेस तू. यापेक्षा चांगलं घर निवडणं कठीण होतं. त्यामुळे चिंता करू नकोस. त्या तिथे स्टुलावर पॅडिंग्टन बेअर बसलंय. बॅगबिग भरून तयार आहे. तुझीच वाट बघतंय. तू मोठी झालीस की त्याचं बारसं कर असं म्हणतंय ते."

मार्गारिथचा श्वासोच्छ्वास संथ लयीत चालू होता. तिच्या पापण्या इतक्या नाजूक होत्या की त्या जवळजवळ पारदर्शक वाटत होत्या. त्यावरच्या निळ्या शिरा स्पष्ट दिसत होत्या. झोपेतच

तिची पापण्यांची उघडमीट सुरू होती. एवढ्या लहान मुलांना काय स्वप्नं पडत असतील? म्हणजे मुळात स्वप्नं पडत असतील तर! आपण कुठे आहोत, काय आहोत याची पर्वाही न करता शांतपणे झोपलेल्या त्या परस्वाधीन जीवाकडे बघताना तिला वाटलं की, नुकतंच कुठल्यातरी परग्रहावरून आलंय हे गाठोडं. तिनं मार्गारिथचं दुपटं सारखं केलं आणि खोलीत एकदम मिट्ट काळोख नको, म्हणून दाराला थोडी फट ठेवून ती बाहेर आली.

बाहेर सगळे राखाडी रंगाच्या सोफ्यावर बसून ड्रिंक्स घेत होते. त्या हॉलच्या छपरापासून जमिनीपर्यंतच्या मोठाल्या खिडक्यांतून बाहेरचा बागेतला व्ह्यू फार छान दिसत होता.

"ग्लास भरून घे तुझ्यासाठी." किचनमधल्या टेबलावर ठेवलेल्या वाईनच्या बाटलीकडे बोट करत कार्ल म्हणाला. क्लेअरला आतली आटोपशीर कपाटं फार आवडली. डार्क रंगांच्या टाईल्सची बॉर्डर आतमधून पार बाहेरच्या हॉलपर्यंत आलेली होती. व्यवस्थित विचारपूर्वक बसवलेलं होतं सगळं. किचनमधली हँडल्स नसलेली पांढरी स्वच्छ कपाटं हलक्याशा दाबानं आवाज न करता बंद व्हायची किंवा उघडायची. लंडनमधल्या तिच्या जुनाट लाकडी कपाटापेक्षा हे खूपच चकचकीत होतं. हात लागून लागून तिच्या कपाटाची हँडल्स अगदी मिचकुट व्हायची. हातात भरलेला ग्लास घेऊन ती टेबलावरच रेलली आणि बाहेरचं संभाषण ऐकू लागली. ते इराकबद्दल बोलत होते. कार्लची मतं साफ होती. तो कायमच बुशच्या विरोधात होता, पण तो बर्लिनमधल्या शांतियात्रेतही सामील झाला नव्हता.

"बरेचसे विरोधक केवळ अमेरिकाविरोधी निदर्शनं करायची म्हणून आले होते. एकजात सगळ्यांनी जीन्स घातल्या होत्या. ते कोक पीत होते. मॅकडोनाल्ड खात होते. आपण स्वत:च किती वाया गेलेले टिपिकल अमेरिकन आहोत हे त्यांच्या लक्षातही आलेलं नव्हतं.

हुकूमशाहीतलं जीवन कसं असतं ते माहिती तरी आहे का यांना? अजिबात नाही. बर्लिन किंवा लंडनमधे निवांतपणे झेंडे घेऊन शांततेचे नारे लगावणं सोपं आहे. त्यासाठी किंमत नाही द्यावी लागत. इराकमधे तोंडातून ब्र जरी काढला तरी डायरेक्ट कोठडीत खितपत पडावं लागेल.''

ॲननं मधेच बोलायला सुरुवात केली पण तिनं पूर्वी अनेकदा सांगितलेलंच ती परत सांगत्येय, असं क्लेअरला वाटलं. ती पोटतिडकीनं किंवा या विषयात रस आहे म्हणून बोलत नव्हती. राजकारण किंवा या चार भिंतींच्या बाहेरच्या जगातल्या दुसऱ्या कुठल्याही विषयावर हिरिरीनं बोलण्याइतकं त्राणच तिच्याकडे उरलेलं नव्हतं. ''आपण याआधीपण बोललोय की यावर. मला मनापासून वाटतं, की हे बर्लिनमधे जमलेले पाचेक लाख शांतताप्रिय लोक म्हणजे केवळ हुल्लडबाजी आवडणारी, नुकतीच मिसरूड फुटलेली मुलं नव्हती. त्यात माझे काही मित्रसुद्धा होते आणि त्यांच्याकडे स्वत:ची अशी ठोस कारणं होती.'' एकदाचं बोलून झाल्यावर ॲननं पाय पोटाशी घेतले. तिथलीच एक उशी मानेखाली घेतली आणि सोफ्यावर बसल्या जागी मागे रेलून तिनं डोळे मिटून घेतले.

''पण जर्मनीची पोझिशनच वेगळी आहे. आपल्या असल्या भूतकाळानंतर आता ते लढाईत वगैरे भाग घेणार नाहीत.'' ॲंथनी म्हणाला.

क्लेअर आपला ग्लास घेऊन खिडकीशी गेली. बागेतल्या ॲननं लावून ठेवलेल्या दिव्याच्या उजेडात तिथला चौकोनी स्विमिंग पूल मस्त दिसत होता.

''कार्लच्या बोलण्यातही तथ्य आहे.'' क्लेअर म्हणाली. तिचं लक्ष समोरच्या निश्चल पाण्याकडे होतं. त्यावर एकही तरंगसुद्धा कसा उठत नाहीये, तिच्या मनात आलं. ''युरोपमध्ये सध्या

अमेरिकाविरोधी जनमत तयार होतंय; पण हे फार बेगडी वाटतं.''

कार्ल एकदम मोठ्यांदा हसला. ''नेहमी असं कसं होतं ॲनचे आणि अँथनीचे विचार जुळतात आणि क्लेअरचे अन् माझे. विचित्र वाटतं हे.''

''तरीच मला सारखं वाटतंच की क्लेअर तुझ्या प्रेमात पडलीये म्हणून.'' अँथनीनं जोक मारला. ती त्याच्याकडे बघून हसली. नाहीतरी खरंच होतं त्याचं म्हणणं. या दोघांचं नेहमी पटायचं. कार्लचे आई-बाबा परकीय वकिलातीत काम करत. त्यामुळे दर चार वर्षांनी त्यांची बदली होत असे. कार्लचं लहानपण न्यूयॉर्क आणि युरोप दोन्हीकडे गेलं होतं. ॲन नेहमी म्हणायची, की कार्ल जर्मन माणसापेक्षा जास्त करून युरोपिअन वाटायचा. ह्याच्याशी क्लेअरची नाळ जुळायची. अँथनी वगळता बाकी सगळ्यांना एक प्रकारची उपरेपणाची भावना होती. बर्लिनमधे लहानाचे मोठे झाले पण स्टॉकहोममधे त्यांचं वास्तव्य नव्हतं, त्यामुळे क्लेअर आणि ॲन स्वतःला जर्मनही समजत नसत आणि स्विडीशही. त्याही कार्लसारख्याच युरोपिअन होत्या.

पण ॲनचे विचार एका बाबतीत अगदी स्पष्ट होते. जर्मनीत जन्माला येणं तिला बिलकूल आवडलं नसतं आणि हाताचं काही राखून न ठेवता ती हे उघडउघड कबूलही करायची.

''मग मार्गरिथचं काय? ती तर जर्मनच असणार. विशेषतः या नावानं आता यावर शिक्कामोर्तबच झालंय.'' फिसकन् बाहेर पडणारं आपलं हसू कसंबसं दाबत अँथनी म्हणाला आणि त्यानी क्लेअरकडे पाहिलं.

''मार्गरिथला काहीच फरक पडणार नाही कारण ती पुढची पिढी आहे. तिला काही असली अपराधीपणाची भावना वगैरे सतावणार नाही.''

''नाही. त्यापेक्षाही वाईट होईल. दहशतवादानं पछाडलेल्या

जगात राहावं लागेल तिला आणि दुसरं म्हणजे मला काही अपराधी वगैरे वाटत नाही.'' आपल्या रिकाम्या ग्लासकडे बघत कार्ल म्हणाला.

''कारण तू काही इथे लहानाचा मोठा झालेला नाहीयेस. इथल्या इतिहासाशी तसा तुझा काही संबंध नाहीये आणि महत्त्वाचं म्हणजे तुझे कोणीही नातेवाईक नाझी नव्हते.''

कार्लनं वर बघितलं. ''बरोबर आहे तुझं. परवा जेवता जेवता ऑफिसमधल्या एकानं सांगितलं. म्हणजे त्याला नुकतंच कळलं, की त्याचे खापर पणजोबा बर्जन बेल्सेनमधे एसएस ऑफिसर होते आणि हजारो माणसांच्या मृत्यूला कारणीभूत ठरले. खलासच झाला तो!''

''माझे पूर्वजही बहुतेक त्या मध्ययुगीन धर्मयुद्धातील कत्तलीला जबाबदार होते. देवाच्या नावावर निरपराध लोकांना ठार मारलं गेलं तेव्हा आणि तसं बघायला गेलं तर आपल्यापैकी प्रत्येकाच्याच कोणत्यातरी पूर्वजांचे हात कधी ना कधी कोणाच्या ना कोणाच्या रक्तानं रंगलेले होते'' अँथनी सोफ्यावर मागे रेलत म्हणाला.

त्या खोलीतली एक पूर्ण भिंत पुस्तकांच्या शेल्फनी व्यापलेली होती. क्लेअर तिथे गेली. वरच्या कप्प्यात थॉमस मन, गोथे, हर्मन हेस यांची संपूर्ण ग्रंथसंपदा आणि इतिहासाची काही पुस्तकं होती. हा कार्लचा प्रांत होता. ॲन कलेच्या दालनात रमणारी होती. सुंदर फोटोग्राफ्स असलेली, चांगल्या छपाईची कलेवरची पुस्तकं ॲनला आवडायची. तिला काम करताना संदर्भासाठी लागणारी आर्किटेक्चरवरची कितीतरी पुस्तकं होती तिथे. क्लेअरला त्यापैकी काही ओळखीची वाटली. पॅलॅडिओ आणि त्याचे इटालियन व्हिलाज हे पुस्तक तिनंच ॲनला एका ख्रिसमसला भेट दिलं होतं. खालच्या कप्प्यात घरगुती विषयांवरची मासिकं होती. ज्यात ॲनच्या घराविषयी लिहून आलं होतं असे काही अंक होते. पर्यावरणप्रेमी अद्ययावत घराचं उदाहरण म्हणून या घरावर पाच-सात पानं भरून लिहिलं

गेलं होतं. संपूर्ण घरात खेळवली गेलेली वीज हे छपरावरच्या सोलर पॅनल्सचं वरदान होतं. ह्या मुद्द्यावर भर दिला गेला होता. त्यांच्या संपूर्ण कुटुंबात हा अंक फिरला होता. जवळजवळ प्रत्येक नातेवाइकाकडे काही कॉपीज होत्या. सगळ्यांनाच तिचा अभिमान वाटला होता. ॲन एक अतिशय हुशार आर्किटेक्ट. तिच्या आईच्या घरी तर अजूनही हे मासिक मधल्या टीपॉयवर विराजमान झालेलं होतं. शेल्फजवळून वळता वळता क्लेअरला आणखीन परिचयाचं काहीतरी दिसलं. हन्स ख्रिस्टीन अँडरसनच्या परीकथा. आईच्या घरातल्या हॉलमधल्या कपाटात असायचं हे पुस्तक. तिनं ते लगेच ओळखलं. छान ठाशीव अक्षरात नाव घातलेलं हे पुस्तक. पुन:पुन्हा हाताळण्यानं आता कव्हर फाटलं होतं. कापडी बांधणी थोडी खिळखिळी झाली होती. आवृत्तीही किती जुनी होती. लहानपणी मात्र त्यांना ते हातात घ्यायची परवानगी नव्हती. लहानपणी रोज रात्री सगळं आटोपल्यावर आई हात पुसत त्यांच्या खोलीत येई आणि त्यांच्या उशाशी बसून यातल्या गोष्टी वाचून दाखवे. दिवसभर त्या दोघीही या क्षणांची एखाद्या उत्सवासारखी वाट बघत. तेवढ्या वेळापुरत्या त्या एका गूढ, रहस्यमय आणि अचाट धाडसांच्या अनोख्या दुनियेत हरवून जात. कदाचित त्यांना हात लावायला मनाई होती म्हणूनही असेल पण हे पुस्तक हा या दोघींच्या बालपणीचा अमोल ठेवा होतं. आता ते इथे परस्पर ॲनच्या संग्रहात आलेलं पाहून तिला चांगलंच बोचलं.

"आईनंच दिलंय ते मला. मार्गारिथला वाचून दाखवायला. तुला बाळ झालं, तर मी ते तुझ्याकडे पाठवीन." क्लेअरनं मान वळवली.

"हो. हो. ठीकाय." आपल्या मनात काय चाललंय ते ॲनला कळलं याची क्लेअरला जरा लाजच वाटली.

ग्लास रिकामा करून ती फिरत्या खुर्चीत विसावली. मेरी गो राउंडमधे बसल्यासारखी खुर्ची फिरत होती. ॲन तिच्याकडेच

बघत होती.

"तुला माहितीये, बर्लिनच्या फर्निचरपैकी एवढी एक खुर्ची फक्त राहिलीये."

"अर्थात मला आठवतंय. त्यामुळेच तर आपल्याला कितीतरी दिवस नुसत्या पास्तावर भागवावं लागलं होतं." ॲनचा पूर्ण महिन्याचा पगार यात गेला होता. ती खुर्ची ही हॉलमधली केंद्रबिंदू ठरली.

शेर्लोटनबर्गमधे त्या दोघी जेव्हा एकत्र राहत होत्या, तेव्हा घराच्या डेकोरेशनची सगळी जबाबदारी ॲनवर होती. ती सतत आवडीनं फर्निचरची चाकंवाली नवी मॉडेल्स तयार करण्याविषयी बोलायची. अशा कुठेही हलवता येतील अशा टेबल-खुर्च्यांमधून नव्या सोयीस्कर आणि फास्ट जीवनशैलीचं प्रतिबिंब पडतं, असं तिचं मत होतं. घराच्या पांढऱ्याशुभ्र भिंतींवर एक साधा खिळा मारायला ॲन तयार नव्हती. भिंतीत खिळा ठोकणे हे तिच्यामते बाबा आदमच्या काळातलं क्रूर कृत्य होतं. "आपल्याला मार्क रोथको परवडत नाही ना, तोपर्यंत या भिंती तशाच राहतील. कुठलंतरी फालतू पोस्टर लावायचंच कशाला? त्यापेक्षा पांढरीशुभ्र भिंतच छान दिसते की!" ॲनचा हा मुद्दा क्लेअरनं कधी खोडून काढला नव्हता. ॲननं तो फ्लॅट खरंच छान सजवला होता. साधी लिंबं आणली तरी ती किचनमधल्या टेबलावर त्यांची अशी सुंदर रचना करायची की बघत राहावंसं वाटे. तेव्हाच क्लेअरला वाटायचं, की एक ना एक दिवस ॲन स्वत:चं सुरेख घर बांधेल. ॲन फावल्या वेळात सतत घरांची नवनवीन मॉडेल्स बनवायची. तिची खोली अशा कार्डबोर्डच्या घरांनी व्यापलेली असायची आणि आता हे तिचं स्वत:चं घरटं तयार झालं होतं.

क्लेअरनं खुर्ची फिरवायची बंद केली. वेगवेगळया वाईन्स मिक्स केल्यामुळे असावं बहुतेक, पण तिला अचानक असं तोल गेल्यासारखं वाटत होतं. तिनं आपल्या बहिणीकडे पाहिलं. किती

यशस्वी होती ती. नाहीतरी तिने पहिल्यापासून सगळं व्यवस्थित आखूनच घेतलं होतं. त्यांच्या आधीच्या फ्लॅटप्रमाणेच हे घरही परफेक्ट होतं. कुठेतरी काहीतरी अधेमधे येणारं किंवा उगीचच अवाच्यासवा असं नव्हतं. प्रत्येक गोष्टीला नेमलेली जागा आणि प्रत्येक गोष्ट नेमक्या जागेवर. कुठल्याच प्रकारचा दिखाऊपणा नाही. त्यामुळे साधं काँक्रिटचं सीलिंगसुद्धा उबदार वाटायचं. तिला विद्यार्थीदशेतल्या स्वप्नाळू अवस्थेत भासायचं, तसं सगळं हलतं फिरतं. कॉफी टेबलाला चाकं होती. कार्लची हॉलमधली ब्रॉम्पटन बाईकसुद्धा गुंडाळून काखोटीला मारता यायची. आता ॲननं आपली स्वत:ची आर्किटेक्चर फर्म सुरू करायच्या विषयाला हात घातला होता. मार्गरिथ नर्सरीत जाण्याइतकी मोठी झाली की ती आपला बिझनेस-प्लॅन आखणार होती. कार्लला तिच्या या बेतांचा सार्थ अभिमान आहे हे दिसत होतं. “ही बया कुणाच्या हाताखाली काम करूच शकणार नाही. तिचा पिंडच नाहीये तसा.” प्रेमानं तिचा हात कुरवाळत कार्ल अँथनीला म्हणाला, “सॉलिड हुशार आहे ती आणि टेन्शन्सखाली असली ना की मगच तिला स्फुरण चढतं.” तो स्वत: आपल्या कंपनीतल्या कामावर खूश होता. एका मोठ्या प्रकाशनसंस्थेतल्या वेब डेव्हलपमेंट डिपार्टमेंटचा टीम लीडर. चांगलं काम होतं. कार्लचं ॲनवर प्रेम तर होतंच पण त्याही पुढे जाऊन त्याला तिचा अभिमान होता हे क्लेअरच्या लक्षात आलं. अँथनीला आपला अभिमान वाटतो का? तिला खात्री नव्हती. आपली बहीण एवढी समाधानी कशी दिसते आणि तिनं सगळं सहज साध्य केलंय असं कसं वाटतं? क्लेअरचा गोंधळ उडाला. खुर्चीवरून उठल्यावरही तिला भोवळ येत होती. मनातल्या मनात तिने, आपण ढोसलेल्या वाईनला यथेच्छ शिव्या हासडल्या.

“काय गं ठीक आहेस ना?” ॲननं विचारलं. नेमक्या त्याच वेळी मार्गरिथ रडायला लागली अन् आई आणि मुलगी एका

अदृश्य धाग्यानं बांधल्या गेल्या असल्याप्रमाणे ॲन त्याच क्षणी तिच्या खोलीत धावली. निघताना त्यांनी बाय बाय केलं तेव्हा मार्गारिथ ॲनच्या कडेवर होती आणि कार्ल त्यांच्या मागे उभा होता. एकदम सुरेख त्रिकोण दिसत होता तो. भिजल्या डोळ्यांनीच क्लेअरनं त्यांना मिठी मारली.

एअरपोर्टवर जाण्यासाठी टॅक्सीत बसल्यावर आता पुन्हा कधीही सगळं पहिल्यासारखं होणार नाही हे क्लेअरच्या लक्षात आलं. ॲनचं सुख बघून तिला कितीही मनापासून आनंद झाला असला तरी आता या बाळाच्या आगमनानंतर ती थोडी एकटीच पडणार होती. ''रिलॅक्स'' ॲंथनी तिच्या पाठीवरून हात फिरवत म्हणाला. जणू काही तिला पोखरणाऱ्या चिंता त्याच्यापर्यंत पोहोचल्या होत्या. ''लवकरच आपल्यालाही बाळ होईल.''

दोन वर्षांनी बागकाम करताना क्लेअरला हा टॅक्सीतला प्रसंग आठवला. तेव्हा त्याचं म्हणणं किती पटण्यासारखं वाटलं होतं. तेव्हा त्याला तरी काय कल्पना की त्यांना पुढे किती अडचणी येणारेत ते. तिनं हातातलं फावडं आणखी जोरात समोरच्या खड्ड्यात घुसवलं. बरीच माती उडाली. आठ-दहा दिवसांत पाऊस पडला नव्हता. त्यामुळे फुलझाडांच्या वाफ्यातली माती भेगाळली होती. ते बार्बेक्यू लावणार होते. त्यामुळे क्लेअर घाईघाईनी नर्सरीत गेली होती. आता पाहुणे येणार म्हटल्यावर क्लेअरला बागकाम करायला एकदम हुरूप आला होता. तिच्या फुलझाडांचा वाफा जास्तीतजास्त एक मीटर रुंद होता. क्लेअरच्या लक्षात आलं की, तिनं जागेच्या मानानं खूप जास्त रोपं आणली होती आणि त्यांचे रंगही बिलकूल मॅच होत नव्हते.

नर्सरीत समोर पसरलेल्या अफाट ताटव्यांमुळे भारून जाऊन क्लेअरनं हाताला लागतील ती रोपं ट्रॉलीत टाकली होती. भडक

रंग आणि मनपसंत नावं उदाहरणार्थ, फ्रीसिया रॅनन्क्यूलस, सालव्हिया– याच आधारावर रोपं उचलली गेली. नर्सरीत ही फुलं खूप छान दिसत होती; पण घरी आणल्यावर तिच्या वाफ्यात ती विजोड वाटू लागली. प्लॅस्टिकच्या कुंडीतून बाहेर काढून या रोपांची लोंबती मुळं जेव्हा क्लेअरनं पुन्हा बागेत नीट खोलवर पुरली, बाजूला खत घातलं आणि वरून छान पाणी फवारलं तेव्हा तिला एक प्रकारचं आंतरिक समाधान लाभलं. मागच्या वर्षी तिनं बिया आणि कांदे लावून बाग सजवायचा प्रयत्न केला होता. पूर्ण अक्कलखाती गेला होता हा प्रयोग. बियांपासून एकसुद्धा सूर्यफूल मिळालं नव्हतं. नाही म्हणायला एक रोगट ट्युलिप आलं तेवढंच. 'मनावर नको घेऊस' अँथनीचे सांत्वनपर शब्द. पण तरीही निसर्ग मुद्दाम आपल्याविरूद्ध वागतोय असंच क्लेअरला वाटलं होतं. तिचं शरीर तरी तिची साथ कुठे देत होतं. आत्ता त्या सुंदर बहरलेल्या फुलांकडे बघतानाही आणखी किती दिवस टिकणार हे सौंदर्य कोण जाणे! असंच तिच्या मनात आलं.

किचनच्या खिडकीत तिला अँथनी दिसला. त्यानी तिला हात केला. तो नेहमीच तसं करे. दुसऱ्या मिनिटाला बाहेर यायचं असलं, तरी आधी तिला हात करे. "सॅंडीचा फोन होता. ती थोडी लवकर येत्येय. मला सँग्रियासाठी मदत करायला." तिला मागून मिठी मारत तो म्हणाला.

"ठीकेय. कशी वाटत्येय आपली बाग?"

"एकदम रंगीबेरंगी." तिला आणखी घट्ट धरत तो म्हणाला. त्या चिंचोळ्या बॉर्डरला पिवळ्या, निळ्या, लाल रंगांची एकच भाऊगर्दी झाली होती. वेगळ्या प्रकारे लक्षवेधक ठरत होतं ते. ती घामट झाली होती आणि नखशिखान्त मातीमयही. आपले काळे मिचकुट हात बघितल्यावर कधी एकदा अंघोळ करत्येय, असं झालं होतं तिला.

"कर ग सावकाश अंघोळ." तिच्या शरीराला आपलं अंग भिडवत तो म्हणाला. तिच्या कानाच्या पाळ्यांचा त्यानी हलकेच चावा घेतला. तिच्या अंगावर रोमांच उभे राहिले. "सॅडी आत्ता येईल कोणत्याही क्षणी" त्याचा इरादा लक्षात आल्यावर ती म्हणाली; पण मग तिच्या लक्षात आलं की त्यामुळेच हे जास्त उत्तेजक होतंय. त्यानी तिला किचनमधे ढकललं. तिला त्याचा चेहरा दिसत नव्हता पण आपल्या पँटच्या बटणांशी पोहोचलेली त्याची बोटं तिला जाणवली. तिच्या अंगाला मातीचा दमट वास येत होता. कपड्यांनी झाकलेलं आपलं गोरं अंग उघडं झालेलं तिला दिसलं. किचनचा ओटा पकडून मागून येणारे त्याचे चित्कार ती ऐकत राहिली. अचानक झालेल्या या प्रेमाच्या वर्षावात ती न्हाऊन निघाली. आताशा त्यांच्यामधे हे असं फारसं घडत नव्हतं. मूल जन्माला घालायचा अट्टहास या आनंदाच्या आड येत होता. विशेषत: त्यात सतत येणारं अपयश. प्रेम तर सोडाच ती निव्वळ एक शारीरिक क्रीडाही न राहता भलतंच काहीतरी होऊन बसलं होतं. दोन शरीरांचं एका अलैंगिक कारणासाठी केवळ तांत्रिकदृष्ट्या एकत्र येणं. तिच्या हिप्नॉसिसच्या टीचरनी तिला फेलोपिन ट्यूबपर्यंत रेस लावलेल्या स्पर्मची कल्पना करायला सांगितली होती. आजपर्यंत क्लेअरनं यापेक्षा विचित्र काहीही ऐकलं नव्हतं. नाहीतरी मिस झेल्डा त्यांना म्हणाली होतीच की यातली सगळी मजा निघून जाईल म्हणून. आता ते आठवल्यावर क्लेअरला वाटलं, की तिनं परिस्थिती खूपच सौम्य शब्दांत सांगितली होती. त्यापेक्षा तिनं सरळसरळ सत्य सांगायला हवं होतं, की मुलाला जन्माला घालायचा त्यांचा प्रयत्न पुढे पुढे जाम बोअरिंग होणारेय. या वेळी मात्र क्लेअरनं त्याचे स्पर्म कुठे पोहोचताहेत का बाहेरच वाया जाताहेत त्याचा जरासुद्धा विचार केला नाही. एरवी ती नंतर अर्धा तास तरी नितंबांखाली उशी घेऊन अंथरुणावर आडवीच राहायची. या वेळी

त्यांनी एकमेकांकडे बघितलंही नाही. त्यानी फक्त तिला थोपटलं आणि ती अंघोळ करायला वर बाथरूममधे गेली.

वीसेक मिनिटांनी ती ओलेत्या केसांनी खाली आली तेव्हा सॅडी आणि अँथनीनं फळं कापायला घेतली होती. सॅडी ओट्यापाशीच उभी होती. तिथेच त्यांनी आत्ता मीलनाचा आनंद लुटला होता. सॅडीला त्याची काही कल्पना तरी असेल का हा विचार क्लेअरच्या मनाला चाटून गेला. अँथनीचे विस्कटलेले केस आणि जीन्समधनं अर्धवट बाहेर लोंबणारा शर्ट यावरून अंदाज बांधणं शक्य होतं. सॅडीच्या चेहऱ्यावरचं रुंद हसू बघितल्यावर तर क्लेअरचा संशय अणखीनच बळावला. "हाय गॉर्जियस! आम्हा सगळ्यांना बार्बेक्यूसाठी बोलावलंस, किती मस्त." तिच्या गालावर गाल टेकवत सॅडी म्हणाली.

"याला म्हणतात संधीचा फायदा उठवणे. पुढच्या आठवड्यापासून बहुतेक वर्षभर सतत पाऊस कोसळणारे." संत्र्याची फोड तोंडात टाकत क्लेअर म्हणाली. सँग्रिया. ही सॅडीची आयडिया होती. सुट्टीला ती जेरेझला जाऊन आल्यापासून तिला स्पॅनिश पदार्थांचे डोहाळे लागले होते. तिथून येताना तिनं त्यांच्यासाठी शेरी व्हिनेगर आणि चोरिझो आणलं होतं. ते अजूनही फ्रिजमधेच पडलं होतं. "अगं, पाओलो कुठेय?" क्लेअरनं विचारलं. एका प्लॅस्टिकच्या बाऊलमधे ती रेड वाईन ओतत होती. "अजून क्लासमधेच आहे. नंतर येईल बहुतेक. का? आवडायला लागलाय की काय तुला तो?"

"अर्थात. कुणाला नाही आवडणार." आपले नवीन बॉयफ्रेंड्स आवडले का असं सॅडी नेहमीच विचारायची आणि क्लेअरचंही हे ठरावीक उत्तर होतं. हा दोघींचा नित्यक्रम होता. बोलता बोलता ती सफरचंदाच्या फोडी करत होती. क्लेअर तिच्याकडे बघत होती. मागून येणाऱ्या संध्याकाळच्या रेंगाळणाऱ्या उन्हात तिचे पिंगट केस छान चमकत होते. तिच्या ब्लाऊजवर एक सुरेख नक्षीदार

चतुर विसावला होता. सॅडी नेहमी आपल्या व्हिंटेज शॉपमधलेच दागिने वापरायची. मागे एकदा तिनं एका प्रसिद्ध नटीविषयी एक गंमत सांगितली होती. ती नटी आपल्या व्होडाफोनच्या जाहिरातीतल्यासारख्या पग कुत्र्याच्या पिल्लाला घेऊन दुकानात आली होती. त्याला बघितल्याबरोबर सगळ्यांनी 'अय्या कित्ती गोड' म्हणून एकच गिल्ला केला होता. तेवढ्यात त्या कुत्र्यानं शांतपणे तंगडी वर करून समोरच्या सातशे युरोंच्या ड्रेसवर शू करून ठेवली. एकदम सगळ्यांची बोलतीच बंद झाली होती. नटीनं हसत हसत त्या ड्रेसचं बिल चुकवलं होतं म्हणा, पण दिवसही मस्त गेला होता. तेव्हापासून तिच्या दुकानाबद्दल फॅशन मॅगॅझिन्समध्ये छापून येऊ लागलं होतं. कुणी कुणी सेलेब्रिटीजनी भेटी दिल्या. रॉक स्टार्स ते नटनट्या यांनी काय काय खरेदी केली इ.इ. आणि तिचा धंद्याची बरकत झाली होती.

सॅम आणि ख्रिस्टीन आले. क्लेअरनं त्यांची बाईक गेटपाशी थांबल्याचा आवाज ऐकला. खिडकीच्या लेसवाल्या पडद्यातून डोकावल्यावर तिला त्यांची अंगणात वळलेली पावलंही दिसली.

"दार उघडतोस का?" तिनं अँथनीला विचारलं आणि ती स्वत: बागेतल्या फोल्डिंग खुर्च्या टेबलाशी मांडायला बाहेर धावली. अजून अंधार पडायला बराच वेळ होता. उन्हाळ्याचा हा मधला काळ तिला खूप आवडायचा. या कालावधीत रात्र दिवसाला गिळायला धावायची नाही उलट खूप वेळ संधिप्रकाश असायचा. आसपासच्या घरांच्या सगळ्या दारं-खिडक्या सताड उघड्या होत्या. शेजाऱ्यांचे आवाजही ऐकू येत होते. जवळजवळ सगळेच जण बाहेर आपापल्या अंगणात किंवा बागेत आले होते. थोड्याच वेळात बार्बेक्यू तयार होणार होता आणि खमंग भाजलेल्या पदार्थांचा वास दरवळणार होता.

भिंतीपलीकडे शेजारची दोन छोटी मुलं फुटबॉल खेळत होती.

जमिनीवरचा त्यांच्या बुटांचा चुईचुई आवाज आणि बॉल दणादण भिंतीवर आपटल्याचा आवाज साफ ऐकू येत होता. त्यांची आई आतून त्यांच्या नावानं शंख करत होती. एकदम मोठ्यांदा हसण्याचा आवाज आला. मुलांना असं घामेजलेल्या अंगानं अवतीभवती दंगा करताना बघून त्यांच्या आईला काय वाटत असेल, क्लेअरचं विचारचक्र सुरू झालं. आसपासच्या मुलांच्या अथक ऊर्जेमुळे सळसळणाऱ्या चैतन्यामुळेच कदाचित ती नुसतं ओट्यापाशी उभं राहून बोलली, तरी तिला स्वत:लाही दम लागलाय असंच वाटत होतं. तेवढ्यात फाटकन दरवाजा बंद झाल्याचा आवाज आला आणि दिव्याचं बटण बंद केल्यावर जसा काळोख पसरतो, तशी नीरव शांतता पसरली.

तेवढ्यात एकामागून एक करत सगळे आले. सॅम आणि ख्रिस्टीन हिंडून बागेचं निरीक्षण करत होते.

"आमच्या बागेपेक्षा मोठी आहे ही." ख्रिस्टीन म्हणाली.

"छे गं! बरोब्बर सेम साईझ आहे." सॅमनं तिचं म्हणणं खोडून काढलं. लंडनला येईपर्यंत क्लेअरला अशा प्रकारच्या संभाषणाची सवय नव्हती. इथे घराचा आणि आसपासचा इंचनृइंच हा तासभर रंगणाऱ्या भल्या मोठ्या चर्चेचा विषय होऊ शकत होता आणि नवीन असताना घराला किती खोल्या आहेत हे खूप उत्सुकतेनं पण काळजीच्या सुरात विचारलं जायचं.

"आहे आपली छोटीशी." क्लेअर म्हणाली, "एवढ्याच पैशात बर्लिनमधे तुम्हाला एखादा राजवाडा मिळू शकतो आणि तोही अगदी आपला स्वतंत्र कुक म्हणजे महाराजसकट." तिच्या उद्गारांनी पुढचं बोलणंच खुंटलं. सगळ्यांनी दचकून एकदम तिच्याकडे बघितलं. जणू तिनं त्यांच्यापुढचं वाढलेलं ताट हिसकावून घेतलं होतं.

तेवढ्यात बार्बेक्यूतले निखारे सारखे करण्यासाठी अँथनी हातात चिमटा घेऊन आला. त्याच्या चेहऱ्यावर एकाग्रतेची भावना होती.

जणू ते अजूनही गुहेत राहणारे आदिमानव होते आणि तो अभिमानानं एक मोठी शिकार तिच्या स्वाधीन करायला चालला होता.

आपल्याला आणि अँथनीला आवडतं तसं मांस थोडं कच्चट ठेवूनही चविष्ट कसं बनवायचं याविषयी सॅमनं त्याला काही टिप्स दिल्या. ''टिपिकल पुरुषांचं असणार काहीतरी.'' सॅडीनं शेरा मारला. ''मी तरी अजूनपर्यंत अशी एकही बाई बघितली नाहीये की जिला आपल्या ताटात असं रक्तबिक्त आवडतं.'' ती गोल आकाराच्या ग्लासात एका डावानं सॅग्रिया घालत होती. हातातल्या डावामुळे असेल बहुधा; पण तिच्याकडे बघितल्यावर एखाद्या परिपूर्ण चित्रासारखं वाटत होतं. म्हणजे तिच्या सगळ्या इच्छा पूर्ण झाल्या असल्यासारखं. हे कशामुळे असेल यावर क्लेअरचा विचार सुरू झाला. ही संतुष्टी. सॅडीचं नक्की काहीतरी गुपित असणार असं का कोण जाणे पण तिला वाटत होतं आणि आत्ता सॅडी सफरचंदाच्या फोडी उचलत असताना तिला जाणवलं, की तसं बघायला गेलं तर तिचा या लोकांशी काही चांगला घनिष्ट परिचयबिरीचय नव्हता. त्यांच्यात असलेला समान दुवा एवढाच होता की, ते सगळे तिशीचाळिशीचे होते आणि त्यांना कुणालाच मूलबाळ नव्हतं. म्हणूनच कदाचित ते इथे एकत्र जमले होते. समानशीले... म्हणतात ना तसं. कुणालाच एकटं पडल्यासारखं वाटू नये म्हणून ते एकत्र आले होते. मेंढरांसारखंच तर असतं माणसांचंसुद्धा! एकमेकांच्या सहवासाची ऊब मिळावी म्हणून सगळा गोतावळा. त्यांना मुलं असती तर ते इतर पालकांबरोबर रमले असते किंवा मग ह्या शेजाऱ्यांसारखे घरातच बसले असते. शेजारी दिवा लागला. त्यांच्या खिडकीवर सुपरमॅनचं पोस्टर चिकटवलं होतं. तिला पुन्हा मुलांचा दंगा ऐकू आला. घरात कॉटवर उश्यांनी मारामारी करणारी आणि आईच्या सहनशक्तीचा अंत बघणारी मुलं तिच्या डोळ्यांसमोर आली. तिला त्या आईच्या जागी असायला

काय हरकत होती? इथे बसून या लोकांबरोबर हे वातड चिकन चघळत बार्बेक्यू एन्जॉय करण्याचं नाटक करण्याऐवजी मुलांना बळेबळे झोपवणारी आई.

रात्र चढत गेली तशी त्यांचे आवाज वाढत गेले. त्यांच्यामधे एका भिंतीचं अंतर असलं, तरी उन्हाळ्यात बागेचंच रुपांतर हॉलमधे करायचं, हा तिथला अलिखित नियमच होता. कुणीतरी मोठ्यांदा हसत होतं. कुठेतरी खळकन् एक ग्लास फुटला. खिडकीतल्या रेडिओवर जॅक जॉन्सनचं गाणं लागलं होतं, 'आय होप धिस ओल्ड ट्रेन ब्रेक्स डाऊन देन आय कुड टेक अ वॉक अराउंड, सी व्हॉट देअर इज टू सी...' अंधार पडला तशी त्यांच्या डोक्यावर वटवाघळं घिरट्या घालायला लागली. "येतात तरी कुठून एवढी एकदम?" सॅडीला प्रश्न पडला होता. "कदाचित रिजंट कॅनॉलवर जे पूल आहेत ना त्यांच्या खालून." अँथनीनं तर्क केला. अंधारात त्याचा चेहरा नीट दिसतही नव्हता. सॅम सिगारेट वळत होता. 'रिझला' पेपरशी त्याचे अगदी बालीश म्हणावेत असे चाळे चालू होते. म्हणजे त्याला काय करावं ते कळत नव्हतं आणि कुठे थांबावं ते वळत नव्हतं. अचानक क्लेअरच्या अंगात काय संचारलं कोण जाणे. ती सरसावून बसली आणि तिनं त्यांना नोराबद्दल सांगायला सुरुवात केली. ती त्या कॅफेमधे गेली. तिला केक घेऊन दिला. तिचा हात हातात धरल्यावर तिच्याशी एकदम नातं कसं जुळलं. जणू काही ती तिची स्वत:चीच मुलगी आहे, हा भास झाला. "मी तिला आपल्या घरी आणलं. असं चित्रच उभं राहिलं माझ्या डोळ्यांसमोर..." ती सांगत होती. तेवढ्यात आपण काहीतरी महाभयानक चूक करतोय असं क्लेअरला आतून जाणवलं. तिचं बोलणं, कसलंतरी स्पष्टीकरण दिल्यासारखं अतिशय हताश, निकराचं वाटत होतं. ती एखादा गुन्हाच कबूल करत होती जणू. सगळे अवाक् होऊन तिच्याकडे बघत होते. वातावरणात एकदम

विचित्र शांतता पसरली होती. आधीचं आल्हाददायक चित्र तिनं पुसून टाकलं होतं. संथ लयीत चाललेल्या कार्यक्रमाला खीळ बसली होती. सॅमनं हातातली सिगारेट चिलिमीसारखी धरून ओढायला सुरुवात केली.

"आता तुला स्वत:च्या रक्तामांसाचं मूल हवं, पालनपोषण करायला."

क्लेअरनं काहीच उत्तर दिलं नाही. ती आपली पुढ्यातल्या सँग्रियाच्या रिकाम्या बाऊलकडे बघत बसली. त्यात खाली तळाला काही फळांचे अवशेष चिकटले होते.

"मी तर असं वाचलंय, की मूलबाळ नसलेल्या काही बायका, मुलासाठी इतक्या टेकीला येतात की कुणाचं लक्ष नाही असं बघून, कुठल्याही बाबागाडीतलं बाळ पळवण्यापर्यंत त्यांची मजल जाते." सॅडीनं जोक मारून वातावरण हलकं करायचा प्रयत्न केला पण कोणीही हसलं नाही.

"मी फक्त त्या बाईवर मेहरबानी म्हणून एक तासभर बेबीसीटरचं काम केलं." आता तरी हा विषय पुरे म्हणून क्लेअरनं सांगून टाकलं; पण आता त्याला खूप उशीर झाला होता.

"तू आधी का सांगितलं नाहीस मला?" वैतागलेला अँथनी तिच्यावर डाफरला.

"फारसं महत्त्वाचं नाही वाटलं." ती पळवाट शोधत होती.

एक सेकंद तिला तिथल्या तिथे त्याला झाडावंसं वाटलं. सगळ्यांसमोर असं फटकारू कसं शकतो तो तिला? पण मग तिनं रागाला वेसण घातली आणि नंतर बोलायचं ठरवलं. खांदे उडवून ती उठली.

"चहा-कॉफी काय घेणार कोण कोण?"

"चल मी मदत करते तुला" ख्रिस्टिन पटकन म्हणाली आणि तिच्या मागोमाग किचनमधे आली.

चहाचं आधण ठेवताना आपण उगीचच इतक्या मोकळेपणानं बोललो, असं क्लेअरला वाटलं. मुळात हा विषय काढायची तरी काय गरज होती?

"तो अजूनही असं करतो, माझा तर विश्वासच बसत नाहीये."

"काय?"

"स्मोकिंग." सॅमकडे बोट दाखवत ख्रिस्टिन म्हणाली. किचनच्या खिडकीतून बाहेरची माणसं दिसत होती. टेबलावरच्या मेणबत्त्यांच्या उजेडात त्यांचे चेहरे थरथरत होते.

"केव्हाच पूर्णपणे सोडण्याचं वचन दिलेलं त्यानं."

"हो ना." चहा गाळता गाळता क्लेअर आपल्याच तंद्रीत उत्तरली. अँथनीच्या फटकारण्यामुळे आलेल्या रागातून ती अजून सावरली नव्हती.

"आम्ही ना परवा त्या दत्तक पालकत्वाबद्दलच्या मीटिंगला गेलो होतो." अचानक आवाज खाली आणत ख्रिस्टिननं माहिती दिली.

क्लेअरनी एकदम कान टवकारले आणि वर बघितलं.

"बरेच दिवस आम्ही यावर विचार करतोय. आमच्या सगळ्या टेस्टही झाल्यात. दुर्दैवानं सॅमच्या फर्टाईल स्पर्मची संख्या खूप कमी आहे. हल्ली बऱ्याच लोकांच्या बाबतीत हे घडतं म्हणे. त्यामुळे डॉक्टर्सच्या मते आम्हाला मूल व्हायचे चान्सेस अगदी नसल्यातच जमा आहेत."

क्लेअर मागे वळली. ती सॅमकडे बघू शकत नव्हती. तो समोरच बसून आरामात सिगारेट ओढत असताना त्याच्या स्पर्मबिर्मसारख्या खाजगी गोष्टींबद्दल ऐकल्यावर तिला खूप अवघडल्यासारखं झालं.

ख्रिस्टिनच्या आवाजातली अधीरता जाणवल्यावर तिच्या लक्षात आलं की, ख्रिस्टिनला केव्हापासून तिला हे सगळं सांगायचं होतं.

ती फक्त संधीची वाट बघत होती. तिला जवळ घेऊन सगळं छान होईल काळजी करू नकोस, असं सांगावंसं वाटलं क्लेअरला. पण अशी पोकळ समजूत काढणं खोटारडेपणाचं ठरलं असतं.

क्लेअर किचनमधल्या टेबलाशी बसली आणि तिनं अँथनीच्या आणि तिच्या अयशस्वी प्रयत्नांबद्दल ख्रिस्टिनपाशी मन मोकळं केलं. ती ख्रिस्टिनपाशी सगळं बोलू शकत होती. कारण, तिलाही या गोष्टीचा तितकाच मनस्ताप होतोय, हे आता हिला कळलं होतं.

"निदान तुला मूल न होण्याचं कारण तरी कळलंय. या मूल न होण्याच्या समस्येवर जे उपचार आहेत त्यातली सगळ्यात वैफल्यग्रस्त अवस्था म्हणजे अकारण वंध्यत्व."

"पण मग तुमच्या बाबतीत असं का होतंय? टेन्शन आहे का कसलं?"

"किती कीव करण्याजोगं आहे ना हे?" क्लेअर ताडकन म्हणाली. "आफ्रिकेसारख्या आदिम खंडातल्या बायकांना टेन्शन्स असतील. रोजचं अन्न-पाणी मिळवण्यासाठीपण झगडा करावा लागतो त्यांना."

"काही गोष्टींना ना पटकन समजण्यासारखी कारणं नसतात. हे आता आपण लक्षात घ्यायला पाहिजे." ख्रिस्टिन विचार करत म्हणाली. "नको तिथे खंडीभर पोरं होतात. त्या बायका सतत टम्म पोट घेऊन डुकरासारखी पिलावळ जन्माला घालत असतात. धड सांभाळतासुद्धा येत नाहीत आणि मग त्या रस्त्यावर हुंदडणाऱ्या पोरांच्या नावानं लाखोली वाहतात. अशांना बघितलं की आपल्या मनात येतंच ना की तिलाच का?"

क्लेअर आपली कॉफी ढवळत होती. ख्रिस्टिनचं हे असं बोलणं ऐकायला बरं वाटत होतं. "ह्याची एवढी घटना बनेल असं स्वप्नातसुद्धा वाटलं नव्हतं. माझ्या बहिणीसारखंच माझंही सगळं सुरळीत होणार याच कल्पनेत होते मी. तेव्हा इतकं सोपं, स्वाभाविक

वाटलं होतं ना. बहुतेकांच्या बाबतीत ते तसंच असतं म्हणा.''

क्लेअरनं जाळीच्या खिडकीतून बाहेर डोकावलं. त्यांना बाहेरचा पावलांचा आवाज ऐकू येत होता.

'' पण ख्रिस्टिन हे जरा गंभीरच आहे गं. हे दत्तक वगैरे. तुम्ही स्पर्मदात्याचा विचार का नाही करत?''

ख्रिस्टिननं तिच्याकडे बघितलं. तिचा चेहरा वेदनांनी पिळवटला गेल्यासारखा दिसत होता. या विषयावर बोलल्यामुळे मोकळं वाटत असलं, तरी ह्या अवघड विषयाचा मानसिक त्रासही खूप होतो, हे क्लेअरच्या लक्षात आलं.

''हेच तर म्हटलं मी सॅमला,'' ती कुजबुजत उत्तरली. खरं तर त्यांचं बोलणं कुणालाही ऐकू जाणं शक्य नव्हतं. ''पण सॅमला ते नकोय. दुसऱ्या कुणातरी पुरुषाचे स्पर्मस् स्वीकारायचे नाहीयेत त्याला. तो करूच शकत नाही ते आणि तसं पाहायला गेलं तर स्वत:चंच बाळ पाहिजे हा अट्टाहास कशाला? आजूबाजूला ही एवढी पोरकी मुलं असताना. त्यांना आईबापाच्या मायेची नितांत गरज असताना.''

दोन्ही हातांनी आपला कप पकडून ती त्याकडे एकटक बघत होती. जणू काही तिला त्या कपामधे आपल्या प्रश्नाचं उत्तर मिळणार होतं.

''कदाचित यामागेपण काहीतरी कारण असेल. एखाद्या अनाथ मुलाला मी घर द्यावं, फुलण्याची संधी द्यावी असं विधिलिखित असेल.''

अँथनीनं कुठे आहात म्हणून त्यांच्या नावानं घातलेल्या हाकाऱ्यांमुळे त्यांना उठावं लागलं आणि पुन्हा बाहेरच्या पार्टीत सामील व्हावं लागलं. सगळ्यांना चहा-कॉफी देताना क्लेअरनं हळूच ख्रिस्टिनकडे पाहिलं. किरमिजी रंगाचे आखूड केस. नाकाभोवतीची डागाळलेली त्वचा, पण तरीही मोठ्यांदा हसणारी ती आता छान दिसत होती. तिनं सॅमला मिठीत घेतलं होतं. इतके भावनिक व्याप आणि

मनस्ताप असूनही हे जोडपं आनंदी आणि चिंतामुक्त भासत होतं. सगळ्यांनी थांबण्याचा आग्रह केला, तरी त्याला न बधता मध्यरात्रीच्या सुमारास क्लेअरनं तिथून काढता पाय घेतला... ते रात्र जागवणार होते. हळूहळू खुर्च्या एकमेकांच्या आणखी जवळ सरकल्या असत्या. नंतर कुणीतरी कोपऱ्यावरच्या बिगर परमिटवाल्या टपरीवरनं आणखी बाटल्या आणल्या असत्या. सॅमनं आणखीन सिगारेट्स वळल्या असत्या. रात्री दोनच्या सुमारास त्यांच्या पोटात पुन्हा कावळे कोकलायला लागले असते. मग खायला काहीतरी सापडेल म्हणून फ्रीजमधे शोधाशोध झाली असती. त्यांना चेरीझो सापडलं असतं आणि त्याचा फन्ना उडाला असता. एखाद्या फास्ट फॉरवर्ड केलेल्या पिक्चरसारखी पुढची सगळी चित्रं क्लेअरच्या डोळ्यांसमोर तरळली; पण यात ती कुठेच नव्हती.

झोपण्यासाठी तिनं डोळे मिटले, तेव्हा तिचा अँथनीवरचा राग गेला होता. आणखीही एका बाईला आपल्यासारखंच दुःख आहे आणि तिच्याशी आपण केव्हाही बोलू शकतो. ती आपल्या वेदना समजून घेऊ शकते. ह्या भावनेनंच तिच्या मनावरचं दडपण खूप कमी झालं होतं.

*

मिसेस रॉसनी तिला पुन्हा विचारलं, तेव्हा क्लेअरला आश्चर्यही वाटलं नाही आणि त्यापण विचारताना चाचरल्या नाहीत. "नोराला तू आवडतेस." त्यांनी खरं काय ते कबूल केलं. त्यांचं नक्की वय सांगणं कठीण होतं. त्यांचं सौंदर्य हे कालातीत होतं. खडकात कोरल्यासारखं. मिसेस रॉसचं ते एखाद्या बाहुलीसारखं कपाळ बघितल्यावर लक्षात येतं होतं, की त्यांनी इंजेक्शन्स वगैरे घेऊन आपले कपाळाचे स्नायू चिरतरुण राहतील याची खबरदारी घेतली होती. त्यामुळे ते फारसे हलू शकत नव्हते; पण त्यांनी जे काही

उपचार करून घेतले होते ते अगदी सूक्ष्म असे असले तरी खूप प्रभावी होते. त्यांनी उगीच ओढूनताणून काही केलंय असं अजिबात वाटत नव्हतं. मिसेस रॉसची अभिरुची उच्च दर्जाची होती. त्या नेहमी आपल्या उंचीला शोभतील अशाच प्रकारचे कपडे वापरत. त्यांच्या मादक सौंदर्याची पुरुषांना भुरळही पडे आणि एक प्रकारची जरबही वाटे.

"ठीकेय मिसेस रॉस," ती म्हणाली, "मला आवडेल; पण तिला शिकवणं हे मात्र अवघड काम आहे, हे मला मान्य करायला हवं. तिला पाण्याची जाम भीती बसलीये. पूर्वी काही भलतासलता अनुभव आलाय का तिला?" मिसेस रॉसनी आश्चर्यानं तिच्याकडे पाहिलं. "नाही बुवा. मला तरी आठवत नाहीये. ती फार लाजाळू आहे एवढंच." घाईघाईत उत्तर देऊन त्या निघून गेल्या.

पहिल्यांदाच ती मिसेस रॉसशी नोराबद्दल बोलली होती. इतर आया सतत आपल्या मुलाच्या प्रगतीविषयी विचारून भंडावून सोडत पण याउलट मिसेस रॉसना मात्र काही पर्वाच नव्हती असं वाटत होतं. काही बायका तर मुलं पाण्यात उतरली की सूचनेप्रमाणे त्या मोठ्या काचेच्या खिडकीशी थांबून, लांबून आपल्या मुलांचं पोहणं न बघता, पार पुढेपर्यंत यायच्या. मिसेस रॉसचं दुसरं टोक होतं.

या वेळी नोरानं मात्र, तिला जसं सांगितलं होतं तसं केलं. ती जराही आढेवेढे न घेता पाण्यात उतरली आणि तिनं बऱ्यापैकी हातपायही मारले. विस्फारलेले डोळे, नजर समोर आणि आवळून धरलेले ओठ. एकंदरीत तिनं ठाम निश्चय केलेला दिसत होता किंवा कदाचित क्लेअरनं तिचा विश्वास संपादन करण्यात यश मिळवलं होतं.

"अरे वा! छान. बक्षीस द्यायला पाहिजे तुला." क्लेअरनं अभिमानानं टाळ्या वाजवत म्हटलं. त्या कपडे बदलायला खोलीत आल्या तेव्हा नोराला दुकानात नेऊन बक्षीस म्हणून काहीतरी

खेळणं घेऊन द्यावं, असं क्लेअरच्या मनात आलं; पण तेवढ्यात तिच्या लक्षात आलं की तिनं असं काही केलं; तर नसते प्रश्न उभे राहतील. तिनं नोराला गिफ्ट देणं हे मिसेस रॉसना बहुधा आवडलंही नसतं. आपल्या घराच्या लेटरबॉक्समधे टाकलेली हायबरी फिल्ड्समधल्या एका फनफेअरची जाहिरात वाचल्याचं तिला आठवलं. टॅक्सी केली तर तसं काही फार अंतर नव्हतं. तिथे जाऊन एखादी रोलर कोस्टरची राईड घेऊ या असं तिनं सुचवल्यावर नोराचा आनंद गगनात मावेना.

"मागच्या वीकएंडलाच खरं तर मला जायचं होतं तिथे; पण ममाला वेळ नव्हता. ती आपली सारखी कामच करत असते." नोरा म्हणाली.

"आणि तुझे बाबा? ते कुठे असतात?" क्लेअरला राहवलं नाही. तिनं उत्सुकतेनं विचारूनच टाकलं आणि तिनं काहीतरी यडपटासारखं विचारलंय अशा भावानं नोरानं तिच्याकडे पाहिलं. "ते आमच्याबरोबर नाही काही राहत. आमच्या घरी मी आणि ममा दोघीच असतो."

अप्पर स्ट्रीटवर त्यांनी टॅक्सी केली. असं नोराबरोबर टॅक्सीत बसायला तिला जरा विचित्र वाटत होतं. आता ती नोराला घेऊन कुठेही जाऊ शकत होती. मनात आलं तर अगदी लंडन सोडूनही जाता आलं असतं तिला. मिसेस रॉसनी आपल्या पोटच्या गोळ्याला तिच्या स्वाधीन केलं होतं. एका पूर्णपणे अनोळखी व्यक्तीच्या ताब्यात दिलं होतं. क्लेअरला ही अशक्य कोटीतली गोष्ट वाटत होती. त्यांनी नोराला पोहता येत नाही हे माहिती असूनही स्पेनमधे समुद्रात जाऊ दिलं होतं, त्या गोष्टीसारखीच अतर्क्य. लहान मूल किती परावलंबी असतं. अगतिक असतं. आपल्या पालकांच्या निर्णयावरच विसंबतं बिचारं.

"ते तिकडे आहे आमचं घर." हायबरीला पोहोचल्यावर नोरानी

एक्साईट होऊन बोट केलं. हायबरी फिल्ड्सच्या भोवतीची प्रशस्त गच्ची असलेली भव्य घरं राजवाड्यासारखी दिसत होती.

“किती सुंदर एरिया आहे राहायला. खूप खूप खेळणी असतील ना तुझ्याकडे?” क्लेअरनं विचारलं.

“मी दाखवते ना.” आपल्या दप्तराच्या बाहेरच्या खिशातून तिनं एक चावी काढली अन क्लेअरसमोर नाचवत नोरा विजयी स्वरात म्हणाली. “इथून फार तर पाच मिनिटांत पोहोचू आपण.”

क्लेअर भांबावली होती. फनफेअरला जाण्यापेक्षा क्लेअरला घरी नेणं आणि घर हिंडून दाखवणं हे नोरासाठी जास्त मौजेचं होतं. आपली खोली, खेळणी दाखवणं. क्लेअरलाही खेळण्यांना हात लावू देणं हेच आता नोराला हवं होतं. ह्या सगळ्यात तिला मस्त भाव खाता आला असता. क्लेअरच्या रुपात आता तिला नवी मैत्रीण मिळाली होती. एकदम जीवश्चकंठश्च बनली होती ती. हे मनाला सुखावणारं असलं तरी क्लेअरला जरा काळजीपण वाटत होती. नोराबरोबर असं तिच्या घरीबिरी जाणं म्हणजे जरा जास्तच होईल असं वाटत होतं. त्यांचे भावबंध इतके जुळणं, हे दोघींनाही पुढे भारी पडलं असतं.

“अगं, पण तुला फनफेअरला ना जायचं होतं?” क्लेअरनं सावधपणे आपलं विचारायचं म्हणून विचारलं.

“त्यात काय पुढच्या आठवड्यात जाऊ या.” त्यांची मैत्री कधी संपणारच नाहीये, अशा थाटात नोरा पटकन म्हणाली. तिच्या हे लक्षात येत नव्हतं, की तिला पोहायला यायला लागल्यावर हे संपुष्टात येणार होतं. नंतर त्या दोघी एकमेकींना भेटणारही नव्हत्या.

“चल ना प्लीज. प्लीज.” क्लेअर कां कूं करत्येय पण तिचा विरोध मावळतोय हे जाणवल्यावर नोरा आर्जवं करू लागली.

“नक्की आत्ता घरात दुसरं कुणी नसणारे? तुला माहितीये, तुझ्या ममाला नाही आवडणार आपण असं तुझ्या घरी गेलेलं.”

"पण तिला कसं कळेल? प्लीज, पाचच मिनिटं. फक्त."

घराच्या समोरच्या रस्त्यावर छान झाडी होती. या दोघीच राहतात म्हटल्यावर त्या मानानं घर खूपच मोठं होतं. चांगल्या श्रीमंत नवऱ्यानं संबंध तोडताना पोटगीदाखल हे घर दिलं असावं असं क्लेअरच्या मनात आलं.

नोरानं दरवाजा उघडल्यावर मात्र तिला आगंतुकासारखं वाटलं. घुसखोरी केल्यासारखं. खालच्या हॉलमधल्या अभिरुचिपूर्ण वस्तूंवरून घरच्या संपन्नतेची कल्पना येत होती. मात्र कुठेही भडकपणा नव्हता.

टेबलावरचा अँटिक पीस म्हणून ठेवलेला सुरेख नक्षीचा आरसा खुलून दिसत होता. मोठ्या स्पीकर्सच्या जोडीवरून आणि बाजूच्या सीडीजच्या ठेव्यावरून घरच्यांची शास्त्रीय संगीताची आवड दिसून येत होती.

भिंतीवर भारी पेंटिंग्ज लावली होती; पण पॅसेजमधल्या आणि जिन्यातल्या मिसेस रॉसच्या फोटोंनी क्लेअरचं लक्ष वेधून घेतलं. प्रोफेशनल फोटो होते ते वेगवेगळ्या पोझेसमधले. कॅमेऱ्याकडे बघून स्मितहास्य करणारे. निरनिराळ्या मूड्समधले. काही फुरंगटलेल्या चेहऱ्याचे तर काही अतिविचारमग्न, चिंताक्रांत. असे भावनाविष्कार दर्शवायचं म्हणजे त्या भूमिकेशी एकरूप होणं आवश्यक होतं, म्हणजे ही बाई नटी असली पाहिजे, क्लेअरच्या मनात आलं. नोराची खोली पहिल्या मजल्यावर पॅसेजच्या एका टोकाला होती. तिथे जाताना लोटलेल्या दाराच्या फटीतून मिसेस रॉसच्या बेडरूममधलं दृश्य तिच्या नजरेला पडलं. भलामोठा पलंग आणि बाजूचं पुस्तकांचं शेल्फ. या काय वाचत असतील याचं क्लेअरला कुतूहल वाटलं; पण ती भोचकपणा करायला धजावली नाही. आधीच तिला प्रत्येक पावलागणिक अपराध्यासारखं वाटत होतं. त्यामुळे ती दबकत चालत होती. दूरवरच्या फनफेअरमधला गोंगाट रोलर कोस्टरवरचं लोकांचं किंचाळणं त्यांना इथपर्यंत ऐकू येत होतं. क्लेअरनं एकदम

बावरून घड्याळात पाहिलं. आपल्या कुतूहलाला आवर घालता आला नसला, तरी ती या घरात आरामात फिरूही शकत नव्हती. अर्थात असं कुणाच्याही नकळत परक्याच्या घरात शिरणं यात थ्रिल मात्र होतं. नोरा तिच्याकडे बघून हसली. तिच्यावर कसलंच दडपण नव्हतं. ती क्लेअरला आपल्या खोलीत बोलावत होती. एका लहान मुलीसाठीची ही खोली अतिप्रशस्त होती. एक ड्रेसिंग टेबल आणि अभ्यासासाठी एक टेबल-खुर्ची.

नोराच्या बेडवर मऊ मऊ प्राण्यांची पूर्ण पलटण होती. "हे बघ माझे मित्र" ती अभिमानानं म्हणाली. "झोपताना ते सगळे आजूबाजूला लागतात मला." टेडीबेअर्स. निरनिराळे पक्षी, साप सगळे गळ्यात गळे घालून बसले होते. कॉटच्या पायथ्याशी एक वेटोळं केलेला अजगरही होता. उशीवर महाकाय चिपांझी, एखाद्या राजासारखा विराजमान झाला होता. तो बहुधा नोराची काळजी घेत असावा. नोरानं तिला प्रत्येकाचं नाव सांगितलं. तिची कल्पनाशक्ती बघून क्लेअरला आश्चर्यही वाटलं आणि तिला मनापासून दादही द्यावीशी वाटली. प्रत्येक प्राण्याचं नुसतं नावच नाही तर नोरा राणीच्या राज्यातलं पदही ठरलेलं होतं. प्रत्येक खेळण्याभोवती तिनं एक गोष्ट गुंफलेली होती. तिनं क्लेअरला सांगितलं की तिला प्रत्येक जण बसमधे किंवा ट्रेनमधे सापडला होता. काही जण तर रस्त्यावरच्या कचरा कुंडीत मिळालेले होते. सगळ्यांना त्यांच्या आधीच्या मालकांनी टाकून दिलेलं होतं. क्लेअरला हा भाग खरा वाटला नव्हता. कारण, ही सगळी प्राणी जमात चांगल्या स्थितीत होती. पण नोरा आपणच रचलेल्या विश्वात मग्न होती. तिच्यापुरती ही दुनिया सच्ची होती. ती स्वतःला अशा टाकून दिलेल्या खेळण्यांचा त्राता समजत होती. तिच्या स्वभावाच्या या पैलूनं क्लेअरच्या मनात घर केलं. "आता तू त्यांना घरी आणलंयस. त्यांची काळजी घेतीयेस. किती चांगली गोष्ट आहे ही. तुझा स्वतःचा बेडही तू

त्यांच्याबरोबर शेअर करतीयेस. तिथेच त्यांचं घर आहे. मस्त.''

"मागच्या थंडीत हा तर गारठून मरणारच होता.'' तिथल्या अनेक टेडीजपैकी एकाला आपल्या कुशीत घेत नोरा म्हणाली. "ममा म्हणते की यातले निम्म्यापेक्षा जास्त फेकून दिले पाहिजेत. नाहीतर आता मलाच झोपायला जागा उरली नाहीये; पण मी नाही देणार ते कुणाला. एकही नाही.'' हातातल्या टेडीला छातीशी घट्ट आवळत ती निर्धारानं म्हणाली.

"अगदी बरोबर. तुलाच तर त्यांची काळजी घ्यायला पाहिजे!'' आईचा निर्णय खोडून काढून नोराची बाजू घेताना क्लेअरला चोरट्यासारखं वाटलं. तिच्या या प्रतिक्रियेनं नोरा जाम खूश झाली. ही खरी मैत्रीण. तिच्या बाजूनं उभी राहणारी. आपल्या खोलीत एकटीच बसलेली, सतत या निर्जीव खेळण्यांशी बोलणारी या प्राण्यांशी खेळणारी त्यांचे आवाज काढणारी नोरा क्लेअरच्या डोळ्यांसमोर आली. हीच तर मुलांची हुशारी आहे. क्षणात सगळं जिवंत करतात. अगदी एखादं बुद्दू टेडीसुद्धा. मोठं झाल्यावर या खेळण्यांची 'मेड इन तैवान' वगैरे लेबलं वाचता यायला लागल्यावर तिची ही दैवी शक्ती नष्ट होणार याचं क्लेअरला वाईट वाटलं. मग तिला कळेल की या टेडीचे भावपूर्ण डोळे साधे कचकड्याचे आहेत.

"तुला गंमत दाखवते.'' आपला छोटासा ड्रॉवर उघडत ती म्हणाली. टोकदार पंखवाल्या एका बेढब परीचं दोन काड्यावाल्या मुलांबरोबरचं खडूनी काढलेलं चित्र होतं ते.

"या आपण दोघी आहोत.'' ड्रॉवर बंद करता करता नोरा म्हणाली. तेवढ्यात क्लेअरला आतमधे एक ओळखीची वस्तू दिसली. बार्बेक्यूला येताना सॅडीनी ब्लाऊजवर लावलेला नक्षीदार ब्रूच. नीट बघण्यासाठी तिनं तो ड्रॉवरमधून बाहेर काढला. अगदी तसाच होता तो. शंकाच नव्हती.

"हा कुठे मिळाला तुला?'' क्लेअरनं विचारलं.

“ममाकडून घेतलाय. तिच्या दागिन्यांच्या बॉक्समधून काढला; पण परत देणारे मी.” चोरी पकडली गेली असल्याच्या आविर्भावात खाली मान घालून नोरा म्हणाली.

“आत्ताच्या आत्ता परत करून टाक.” क्लेअरनं फर्मावलं. काही क्षणांसाठी क्लेअर त्या खोलीत एकटीच होती. त्यामुळे तिथले सगळे प्राणी नाखूश झाले होते आणि आपल्या निर्जीव डोळ्यांनी तिच्याचकडे बघत होते. बेबीच्या खोलीत एक परकी आगंतुक व्यक्ती येते. घरात इतक्या आत तर घुसतेच आणि वर चक्क हुकूम सोडते. क्लेअरच्या पोटात कसंतरी व्हायला लागलं. ताबडतोब इथून बाहेर पडायला हवं या एकाच भावनेनं तिला गाठलं. “हो. जातोय आम्ही.” ती जरा जास्तच मोठ्यांदा म्हणाली,

“निघतोच आहोत.”

घरी परतताना क्लेअरचा ॲक्सिडेंटच होणार होता. रोज एसेक्स रोडवरच्या जिममधून निघून रेमिंग्टन स्ट्रीटवर येत असल्यामुळे हा रस्ता तिच्या इतका परिचयाचा झाला होता की तिला तो डोळे मिटूनही पार करता आला असता. आपल्याच तंद्रीत तिनं डंकन टेरेसच्या कोपऱ्यावरचं पब क्रॉस केलंन. या बाजूला रांगेनं सगळी छोटी छोटी बागवाली, भव्य, जॉर्जियन शैलीतली घरं होती. तिथून जाताना तिला नेहमी तिथल्या लोकांचा हेवा वाटायचा. तिला तशा एखाद्या घरात राहायला खूप आवडलं असतं; पण ही घरं त्यांच्या एरियातल्या घरांपेक्षा खूपच महागडी होती. त्यांच्या आत्ताच्या वस्तीच्यामागे कौन्सिल हाउसिंग या बकाल चाळी होत्या. एकाच मोहल्ल्यात असूनही चार पावलांवर नजारा कसा आणि किती बदलू शकतो, याचं तिला राहून राहून आश्चर्य वाटायचं. आणखी थोडं पुढे गेल्यावर रिजंट कॅनॉलच्या डाव्या बाजूला वळलं की झोपडपट्टीसारखी दरिद्री खोपटं होती. नेल्सन प्लेस ही अगदी

अरुंद गल्ली होती. तिथे म्युनिसिपाल्टीची गलिच्छ घरं होती. बोळकांडीसारखी लांब, कायम बीअर कॅन्स आणि इतर घाणीनं दुथडी भरून वाहणारी जागा. उघड्या मुतारीसारखा वापर झाल्यामुळे हवेत पसरलेली दुर्गंधी. एकदा तर कुणीतरी आपल्याकडच्या जुन्या दमट गाद्यागिरद्याही तिथे सडायला फेकून दिल्या होत्या.

रात्री-बेरात्री क्लेअर एकटीनं या बाजूनं जाणं टाळायची. यापेक्षा थोडा लांबचा पल्ला पडला, तरी ती पाचेक मिनिटं जास्त खर्चून सिटी रोडवरनं जायची. तिथे चांगले दिवेबिवे होते. शिवाय वर्दळही असायची. पण आत्ता दिवसाढवळ्या इथून स्कूटरवरनं जाताना तिला काही धोका वाटला नाही. हा वन वे होता आणि जास्त करून वाहनं नसायचीच. एरवीही इथून जायची वेळ आलीच तर क्लेअर पटकन सटकण्यासाठी आपला वेग वाढवायची. आत्ता ती तिथे पोहोचली तेव्हा एका घराच्या दारावर आपल्या नखांनी ओरखडे काढणारं एक कुलंगी कुत्रं उगीचच जोरजोरात भुंकून घसा साफ करत होतं.

क्लेअरनं तिकडे दुर्लक्षच केलं. तिला मिसेस रॉसकडेही सॅडीसारखाच दागिना होता या योगायोगाचा भुंगा लागला होता. अचानक बाजूच्या बोळातून पाचसहा मुलं एकदम वेडीवाकडी धावत बोंबाबोंब करत तिच्या पुढ्यात आली. हात आडवे पसरून त्यांनी तिची वाट अडवण्याचा प्रयत्न केला. तिला कच्कन ब्रेक मारावा लागला. त्यामुळे तिची स्कूटर भेलकांडली. ''बाजूला व्हा मूर्खांनो'' ती ओरडली. पण तिथेच उभं राहून ते सगळे तिच्याकडे बघून अचकटविचकट हावभाव करू लागले. काही क्षणांसाठी तिचा तोलच गेला. रस्त्यावर तिच्या स्कूटरच्या घसपटलेल्या टायर्सच्या खुणा उमटल्या. शेवटी तिनं कशीबशी स्कूटर थांबवली आणि खाली पाय टेकवले. तोपर्यंत ती मुलं पसार झाली होती. नंतर घरी पोहोचल्यावर तिच्या लक्षात आलं की, आपण अजूनही

थरथरतोय आणि आपल्या पायातलं त्राणही गेलंय. ही मुलं बहुतेक नेल्सन प्लेसमधे राहणारी होती किंवा मग सिटी रोडवरच्या एखाद्या टॉवरमधली. ही असली मुलं आपल्या एवढ्या जवळ राहतात हा विचारच मन अस्वस्थ करायला पुरेसा होता. कदाचित त्यांना ती कुठे राहते तेही माहिती असणार होतं. तिच्या समोरच्या घरात राहणाऱ्या माणसानी आपल्या स्कूटरसाठी एक भक्कम चेन आणि कुलूप आणलं होतं आणि तो जवळच्या झाडाला स्कूटर बांधून ठेवायचा. तो जरा अतिच करतो असं तिला आत्तापर्यंत वाटत होतं; पण बहुतेक असं करण्यामागे त्याच्याजवळ काहीतरी सबळ कारण होतं.

डिनर तयार करत असतानाच तिला अँथनीची चाहूल लागली. थोड्याच वेळात तो येऊन पोहोचलादेखील. त्याचं चालणं फास्ट होतं. ट्रेन वेळेवर असेल तर कॅनरी वार्फपासून अँजलपर्यंतचं अंतर तो तीसेक मिनिटांत कापायचा आणि सिटी रोडवरनं रेमिंग्टन स्ट्रीटसाठी पुढे पाच मिनिटं. दरवाज्याच्या लॅचमधे त्याने चावी फिरवली आणि त्याच्या दार उघडण्याच्या आवाजानं तिला एकदम हायसं वाटलं.

नेहमीच्या सवयीप्रमाणे आत आल्या आल्या त्याने आपले बूट काढून भिरकावले. हॉलमधल्या सोफ्यावर आपली ऑफिसची बॅग टाकली. या रूटीनमधे काहीही बदल व्हायचा नाही. गालावरचं पुसटसं गुडबाय आणि हॅलो किससुद्धा नेहमीचंच असायचं. डिनरनंतरची सिगारेट किंवा अंघोळीसाठी टब भरत लावला की तो पाण्याचा आवाज. सगळं ठरावीकच होतं पण आजच्या प्रसंगानंतर क्लेअरसाठी हे आवाज, म्हणजे सुरेल गाण्याचे मन शांत करणारे सूर होते. तो किचनमध्ये आल्या आल्या अनेक वर्षांनी भेटत असल्याप्रमाणे तिनं त्याला कडकडून मिठी मारली आणि त्याचं चुंबन घेतलं; पण

त्याचं शरीर ताठरलं होतं. तिच्या स्पर्शानंही त्यात फरक पडला नाही. तेव्हा तिच्या लक्षात आलं की आज त्याचा मूड काही ठीक नव्हता. आपल्या ग्लासात पिनॉट ग्रिजियो ओतून घेताना तो बॉसनं वैताग दिल्याबद्दल काहीतरी पुटपुटला. एरवी तो जेवणापूर्वी कधी सिगारेट ओढायचा नाही पण आत्ता लगेच त्याने सिगारेट शिलगावली ते बघून तिला आश्चर्य वाटलं. तो खुर्चीवर मागे रेलला आणि खुर्चीचे पुढचे दोन पाय उचलून झुलत डोळे मिटून आढ्याच्या दिशेनं सिगारेटच्या धुराची वेटोळी सोडायला लागला. मग हळू आवाजात त्यानं सांगायला सुरुवात केली, की डिपार्टमेंटच्या हेडनी त्याला आज त्याच्या केबिनमधे बोलावलं होतं. त्याचं असं झालं होतं की अँथनीनं चुकून एका औषधी कंपनीचा तिमाही नफा थोडा जास्तच दाखवला होता. त्यामुळे त्याच्या बँकेला सहा लाख पौंडांचा भुर्दंड पडला होता. क्लेअरनं चमकून त्याच्याकडे पाहिलं. सहा लाख पौंड ही त्यांच्या घराची किंमत होती.

"तुझी नोकरी गेली की काय?" तिनं विचारलं.

"अजून तरी नाही; पण पुन्हा असं काही घडलं तर नक्की जाईल. अर्थात पुन्हा असं घडणार नाही हेही नक्कीच आहे."

रागारागानं टेबलावर मूठ आपटत तो म्हणाला आणि अर्धवट ओढलेली सिगारेट चुरगाळून टाकली. ती सिगारेट तुटक्या पायासारखी दिसत होती. शेवटी त्याने एका ऑफिसरनं त्याला कसा दगा दिला, मुद्दामहून त्याची दिशाभूल कशी केली ते सांगितलं; पण अंतिम जबाबदारी त्याच्याच डोक्यावर होती त्यामुळे हे अपयश त्याच्या जिव्हारी लागलं होतं. पुढच्या वर्षी अँथनीला खरं तर बढतीची अपेक्षा होती. त्यानं जेव्हा हॉलंड रॉबर्ट्समधे काम सुरू केलं होतं तेव्हा त्यानं तिला उत्साहानं ॲनॅलिस्टचं पद कसं महत्त्वाचं असतं, या लोकांना कसं उत्तमरित्या वागवलं जातं, पटापट बढती मिळत जाते, वगैरे वगैरे सांगितलं होतं. सगळं

ऐकल्यावर त्यालाही हेच मिळवायचं आहे, याविषयी तिच्या मनात तिळमात्र शंका नव्हती. तो खूप मेहनत करायचा. सकाळी सहालाच उठायचा आणि आठवड्यातून कमीतकमी दोनदा तरी संध्याकाळी त्याचा फोन यायचा– भरपूर काम आहे. उशीर होईल, जेवायला वाट बघू नकोस.

त्यानं स्वत:ला लावून घेतलेली शिस्त आणि त्याची महत्त्वाकांक्षा याचं क्लेअरला खूप कौतुक होतं. एमबीए करून फायनान्समधली मास्टर्सची डिग्री मिळवल्यावर या शहरात करिअर करायला तो सिद्ध झाला होता.

पुढ्यातल्या ताटातली भाजी तो नुसतीच चिवडत होता. एखादं अवघड समीकरण सोडवायचा प्रयत्न करत असल्यासारखे त्याच्या चेहऱ्यावर एकाग्रतेचे भाव होते. क्लेअरनं तिच्या अपघाताबद्दल आणि ती कशी थोडक्यात बचावली त्याबद्दल सांगितलं, तेव्हा त्याचं तिकडे अर्धवटच लक्ष होतं.

"मुलंच तर होती. मस्ती केली असेल." ती उगीचच राईचा पर्वत करत असल्याप्रमाणे त्यानं तिच्या बोलण्यातली हवाच काढून टाकली.

"मस्ती केली? त्यांच्यापैकी एखाद्याला मी उडवलं असतं किंवा मी तरी पडले असते. चक्क मवाली मुलं आहेत ती अँथनी. तू त्यांच्या डोळ्यातली तिरस्काराची भावना बघायला हवी होतीस. एवढी खुन्नस येते तरी कुठून कोण जाणे." थोडा वेळ शांततेत गेला. फक्त हातातल्या काट्या-चमच्यांचे आवाज येत राहिले. तो थकलेला दिसत होता.

"दुर्दैवानं तुला हे सहन करावं लागणारे कारण आपण एवढ्यात तरी साऊथ केनिंगस्टनला किंवा गेला बाजार डंकन टेरेसला राहायला जाऊ नाही शकत."

"आपण घर बदलू या असं कुठे म्हटलं मी? मी फक्त काय झालं ते सांगितलं एवढंच. आपल्याभोवती शेजारधर्म पाळणारे

लोक नाहीयेत. बास.''

एखादा नाजूक विषय काढण्यासाठी ही वेळ अजिबात योग्य नव्हती, पण आता आणखीन थांबणं शक्य नव्हतं. सॅम आणि ख्रिस्टिन मूल दत्तक घ्यायचा विचार करत होते, हे कधी एकदा त्याला सांगते, असं तिला झालं होतं. अँथनी काहीच न समजल्यासारखा तिच्याकडे पाहू लागला. ''अच्छा'' जरा वेळानं घास घेऊन तो म्हणाला, ''त्यांची मर्जी. माझ्यातर्फे त्यांना ऑल द बेस्ट.''

''बस एवढंच?'' तिनं विचारलं. ''आपण हा विचार का नाही करत? आपल्याला स्वत:लाही मूल होईलसं वाटत नाहीये.''

''बाकी झाडून सगळे उपाय थकल्याशिवाय मी हे दत्तकबित्तक घेणार नाहीये.''

''पण आपणही इतके दिवस प्रयत्न...''

''पंधरा महिने.'' एक पॉज घेऊन अँथनी म्हणाला, ''मला प्रजोत्पादन करायचंय.'' क्लेअर हताशपणे हसली. ऐकायला किती यांत्रिक वाटत होतं हे. 'प्रजोत्पादन.' आपली जमात टिकून राहावी म्हणून प्राणी जे करतात ते प्रजोत्पादन असतं. ''माझे जीन्स पुढच्या पिढीत उतरले पाहिजेत. म्हणजे माझा काही अंश या ना त्या रुपात चिरंजीव होईल. कळलं? आणि यामुळेच आयुष्याला सार्थकता लाभते, असं म्हणतात काही जण.'' अँथनीनं स्पष्ट केलं.

त्यानं आपला मार्ग आखलेला होता. घर, लग्न, मूल, मग आणखी मोठं घर... नेहमीच्याच आकांक्षा. आणि का नाही? आपल्या ॲक्सिडेंटनंतर क्लेअरला कळून चुकलं होतं, ती काही पुन्हा डान्स करू शकणार नाहीये. तिचं करिअर काही ॲनसारखं देदीप्यमान वगैरे असणार नाही. आर्किटेक्ट ॲनच्या कलाकृतींवर मासिकात छापूनबिपून यायचं. तिला बक्षिसं मिळायची. आता कुठेतरी स्थायिक व्हावं, आपलं छोटंसं कुटुंब असावं, असं ॲनला वाटायला लागलं आणि तसंच झालं. आता तिला बाळही झालं होतं.

तिला सगळं मनासारखं मिळालं होतं; पण ही कुठे पोहोचली होती?

"बास झालं. उगीच स्वत:ची कीव करत बसू नकोस." अँथनीनं टेबलापासून उठत जरा घुश्शातच म्हटलं. तिच्या चेहऱ्यावर पुन्हा तंद्री लागल्याचे, पार हरल्याचे भाव उमटले असावेत. त्यावरून त्यानं अंदाज बांधला होता की ती पुन्हा आपल्या नशिबाला बोल लावत्येय. किती अचूक ओळखलं होतं त्यानं.

तिच्या मागे उभं राहून त्यानं तिच्या खांद्यांना, मानेला हळुवारपणे मसाज केला. हे त्याच्या बदललेल्या मूडचं लक्षण होतं. तो स्वत: शांत झाला असला आणि तिनंही शांत व्हावं असं त्याला वाटत असलं की तो असं करायचा. नेहमीचं होतं हे.

"आपल्याबाबतीत वेळ गेलेली नाहीये क्लेअर. कितीही विचार केला तरी आपल्याला अजून चांगला चान्स आहे असंच मला वाटतं. या रुटीन टेस्टमधे आपला प्रॉब्लेम काय आहे तो कळला नाहीये; पण तो समजेल आणि आपण त्यावर मातही करू."

तो पुढचं बोलायला लागण्यापूर्वीच तिला वाटलं होतं की पुरे. हे बोलणं टाळायला पाहिजे. काही महिन्यांपासून तिच्या डोक्यावर या तीन विशिष्ट शब्दांची टांगती तलवार लटकत होती.

"आपण आय.व्ही.एफ.नं चान्स घेऊया."

"आय.व्ही.एफ.? पण ते तर खूप खर्चिक आहे. उपरा आणि शेवटचा उपाय." अर्थातच ह्या उपचाराविषयी तिच्या डोक्यात यापूर्वीच आलेलं होतं; पण प्रत्यक्षात आपल्याबाबतीत याला सामोरं जायची पाळी येईल असं वाटलं नव्हतं. आपण इतके दुर्दैवी असू ह्या कल्पनेचाही स्वीकार होत नव्हता. "आपल्याला फक्त अजून थोडा वेळ हवाय एवढंच." ती म्हणाली.

पण अँथनीनं लावूनच धरलं. "नाही क्लेअर. आपण आधीच खूप वेळ वाया घालवलाय आणि आता एक शेवटचा उपाय उरलाय. मी म्हणतोय ते जर खोटं असेल तर मग तू दुसऱ्यांच्या

मुलांना एवढी चिकटायला का जायला लागलीयस?''

''तुला नोरा म्हणायचीये का?'' तिनं हळूच विचारलं.

''हो. नोराच.''

एकदम कुणीतरी आपल्या आधीच खोलवर चिरत गेलेल्या जखमेत धारदार सुरा खुपसून तो आतल्या आत फिरवतोय अशा वेदना झाल्या तिला. अर्थातच तो बरोबर बोलत होता आणि आज दुपारी काय घडलं हे जर त्याला कळलं असतं, तर मग तर त्यानं आकाशपाताळ एक केलं असतं.

टीव्हीवरची फ्रेंड्स ही सिरियल बघताबघता त्यानं ती पिनॉट ग्रिजियोची बाटली रिकामी केली. त्या विनोदांवरच्या डबाबंद नाटकी हास्याच्या पार्श्वभूमीवर क्लेअरचं नेट सर्फिंग चालू होतं. तिथे एकामागोमाग एक भयानक गोष्टी तिला वाचायला मिळाल्या. मिस झेल्डानी तिला अगदी पहिल्या सेशनमधेच सांगितलं होतं, की 'वंध्यत्व' या शब्दाचा नेटवर शोध घ्यायचा नाही. अनेक दिवस तिनं स्वत:वर ताबा ठेवला होता; पण आता ती हावरटासारख्या त्या कथा वाचत सुटली. आय. व्ही. एफ. ट्रीटमेंट उपलब्ध असलेली हॉस्पिटल्स, त्यांची संख्या, हे बघून ती चकित झाली. जुळी मुलं जन्माला येण्याचा धोका, काही काही बायकांना तर तिळी वगैरे झाल्याचं लिहिलं होतं. चुकून गर्भाशयाच्या बाहेर कुठेतरी रुजलेला गर्भ, पिरिअडच्या गंभीर स्वरूपाच्या तक्रारी, गर्भपात इ.इ. एका बाईवर बारा वेळा आय.व्ही.एफ.चे प्रयोग झाले आणि सगळे फसले. दुसरी एक जण तर तिची स्त्रीबीजं काढून घेताना आतल्याआत भयानक ब्लीडिंग होऊन शेवटी त्यातच गेली. दिवसेंदिवस स्पर्मची क्वालिटी आणखीनच खालावत चालली होती. याबद्दल संपूर्ण शास्त्रीय माहिती देणारे बरेच लेख होते. एका डॉक्टरनं तर युरोपिअन वंश टिकून राहील की नाही अशी मूलभूत शंका व्यक्त केली होती. कारण, त्यांच्यामते भविष्यात युरोपमधे

दर तीन जोडप्यांपैकी एकाला हा प्रॉब्लेम येणार होता. ती आणि अँथनी हे. लोकसंख्येचा हा जो ढळलेला तोल होता त्याच माळेचे मणी होते.

या सगळ्याबरोबरच घासफूस आणि इतर गंडे, दोरे, ताईत टाईप चमत्कारिक उपचारांविषयीसुद्धा भरभरून लिहिलं होतं. बाकी सगळे उपाय थकले असले, तरीही वेगवेगळ्या व्हिटॅमिन्सनी युक्त असा आहार, चित्रविचित्र काढे आणि झाडपाला याच्या साहाय्यानं कोणत्याही बाईकडून फॅक्टरीतल्या उत्पादनासारखी मुलं जन्माला घालता येतील असा दावा केलेला होता.

दुसऱ्या एका अशाच अकारण मूल न होण्याच्या समस्येनं ग्रासलेल्या बाईशी चॅट करायची सोय होती. सध्याच्या ग्लोबल व्हिलेजची हीच तर खासियत होती. तुम्ही तुमचं दुःख जगाबरोबर वाटून घेऊ शकत होतात. जगभरातल्या अशा बिनचेहऱ्याच्या बायकांची भाऊगर्दी क्लेअरच्या डोळ्यांसमोर आली. प्रत्येकीचं दुःस्वप्नं आणि उधळल्या गेलेल्या आशा, जीवन सार्थकी लागण्यासाठी अवघ्या विश्वानं आवश्यक ठरवलेली साधी गोष्ट, पण यांच्याकडून मात्र हे दान हिरावून घेतलं गेलेलं होतं. बऱ्याचशा लेखांत एक मुद्दा प्रकर्षानं पुढे येत होता की, ज्या बायका काही ना काही कारणासाठी स्वतःहून मुलाचा चान्स घ्यायला उशीर करत होत्या, त्या स्वतःच या बाबतीत दोषी होत्या. जिच्यामुळे आयुष्याच्या वर्तुळाला छेद गेला त्या निपुत्रिक बाईची कीव केलेली होती आणि जर त्या स्वखुशीनी ठरवून मुलाला जन्म देऊ इच्छित नसतील, तर मग त्यांना एकतर 'स्वार्थी' हे लेबल लावलं गेलं होतं किंवा मग 'बेजबाबदार' म्हटलं होतं. या सगळ्यातून एक संदेश तेवढा क्लेअरपर्यंत अगदी स्पष्टपणे पोहोचला की ती ज्या समाजात राहत होती तिथे अजूनही मातृत्व हेच बाईच्या जीवनाचं अंतिम उद्दिष्ट मानलं जात होतं. विनापत्य असणे हा एकतर मूर्खपणा

होता किंवा मग एक भयानक आजार. 'मूल नाहीये? वाळीत टाकल्या गेलेल्या समाजात तुमचं स्वागत असो' असं शीर्षकच होतं एका साईटचं. जीवनात पूर्णपणे हार पत्करलेल्या, निषिद्ध माणसांच्या क्लबचं सभासदत्व मिळाल्यासारखं वाटलं तिला. मनस्वी चीड, दुःख याबरोबरच एक अनामिक भीती तिच्या मनात साकळली. आय. व्ही. एफ.चासुद्धा उपयोग नाही झाला तर? मग त्यांचं लग्न तरी टिकेल का? तिला अचानक खूप टेन्शन आलं. जणू ती आत्ताच सगळ्यांसमोर ऑपरेशन टेबलावर पूर्णपणे उघडी पडली होती. तिच्यावर प्रयोग चालू होणार होते. सुटकेचा कोणताच मार्ग नव्हता. तिला पिस्तुलाच्या धाकावर एक अशक्य कोटीतली गोष्ट करायला भाग पाडलं जात होतं.

*

पूर्वी अनेकदा असं घडलं होतं. ॲनला फोन करायला म्हणून ती फोनपाशी गेली आणि तिचाच फोन आला. टेलिपथी असेल बहुधा. "क्लेअर?" बाजूच्या खोलीतून बोलल्याइतका ॲनचा आवाज स्पष्ट येत होता.

"अगं मी तुलाच फोन करायला आले होते. पुन्हा एकदा तू मला हरवलंस." क्लेअर म्हणाली. किचनमधल्या टेबलाशी उभी असलेली ॲन तिच्या नजरेसमोर आली. तिच्या कपड्यांवर अन्नपदार्थांचे डाग होते. शेंबूडही लागला होता.

"मार्गरिथ काय म्हणत्येय?" क्लेअर नेहमी पहिल्यांदा हाच प्रश्न विचारायची.

"अगं नुसती टुकूटुकू बघत असते सगळीकडे. अख्खं जग हे तिला खेळायला आंदण दिलंय, असा समज आहे बाईसाहेबांचा. आत्ताच झोपवलं दुपारचं."

ॲनला आईच्या साठाव्या वाढदिवसाच्या पार्टीबद्दल बोलायचं

होतं. घरातल्या मोठ्या गुणी मुलीसारखी ॲन नेहमी सगळ्या कुटुंबाचं गेट-टुगेदर ठरवत असे. नातेसंबंध जपत असे. विशेषत: आता सगळे वेगवेगळे राहायला लागल्यावर तर अशा गोष्टींची फार गरज होती. ॲनला या सरप्राईझ पार्टीसाठी बोर्कार्डचा हॉल घ्यावा का ह्यूगोसचा यावर क्लेअरचं मत हवं होतं. "ह्यूगोसच्या हॉलमधून बर्लिनचा पूर्ण तीनशे-साठ अंशातला सीन दिसतो आणि शिवाय आई तिथे यापूर्वी कधी गेलेली नाहीये." क्लेअरनं आपला मुद्दा मांडला. ठीकाय. ह्या नावापुढे टिकमार्क झाला. आईबाबांना हॉट एअर बलूनच्या ट्रिपचं तिकीट काढून द्यावं गिफ्ट म्हणून असं काहीतरी ॲन बडबडत होती. या ट्रिपमधे त्यांना चतायू सॅन्सोसिस, प्रशियन गार्डन्स, हॅवेलॅंडची सरोवरं हे सगळं उंचावरून छान बघता आलं असतं. तेवढ्यात क्लेअरनं तिथल्या तिथे ठरवून टाकलं, की ॲनला त्यांनी ठरवलेल्या आय. व्ही. एफ. ट्रीटमेंटबद्दल काहीही सांगायचं नाही. उगाचच तिच्यावरचं टेन्शन वाढलं असतं आणि जर हा प्रयोग फसला तर सर्वांकडून तिच्यावर अनंत काळासाठी सहानुभूतीचा वर्षाव झाला असता. चांगल्यात चांगल्या गोष्टींची अपेक्षा करा आणि वाईटातल्या वाईट गोष्टीला सामोरं जायची तयारी ठेवा, असं तिच्या एक पूर्वीच्या डान्स टीचर म्हणायच्या. तिनंही हे वाक्य आत्मसात केलं होतं. याबाबतीत तर वाईटाची मानसिक तयारी करणंच श्रेयस्कर होतं. आपल्याच तंद्रीत असल्यामुळे क्लेअरचं ॲनच्या बोलण्याकडे अर्धवटच लक्ष होतं. तेवढ्यात कानावर पडणाऱ्या शब्दांनी ती भानावर आली. ॲननं एका नाजूक विषयाला हात घातला होता. मधनंमधनं तिनं घरी फोन करायला हवा असं तिचं म्हणणं होतं. "ते विचारत होते तुझ्याबद्दल." 'विचारत' शब्द ठासून उच्चारत ॲन म्हणाली. क्लेअर संवाद साधण्याचा प्रयत्नच करत नाही हे अधोरेखित करायचं होतं तिला.

याउलट ॲन जवळजवळ रोज आईला फोन करे आणि आता तर काय त्यांना पहिलं नातवंडं– मार्गरिथ– मिळालं होतं ना. अनेकदा वीकएंडला ही लोकं हॅम्बर्गला किंवा बर्लिनला भेटायची.

"तुला माहितीये ना की ते काही आपल्या आयुष्याला पुरणार नाहीयेत." फोनवरच्या या संभाषणातलं हे वाक्य तेवढं दिवसभर क्लेअरच्या कानात घुमत राहिलं. या वाक्याचा गर्भितार्थ वेगळा होता, का थोडी दटावणी होती का की, "चल बाई लवकर बाळ येऊ दे आता." पूर्वी असा काही प्रेमळ सल्ला मिळाला की त्या दोघींत वादावादी व्हायची; पण आताशा क्लेअर अशा बोलण्याकडे दुर्लक्ष करायची. ॲनच्या अशा फटकळ बोलण्याला किती खुबीनं हितचिंतनाचा आणि वरवर पाहता साधेपणाचा मुलामा दिलेला असायचा याचं क्लेअरला आश्चर्य वाटायचं.

"हो करीन ना." तिनंपण हटवादीपणानं नुसतं हो ला हो केलं.

"आणि बर्थडे केकचं काय? चांगला दोन-तीन लेअर्सचा हवा." ॲनचं चालूच होतं.

"तू काय म्हणशील तसं ॲन. तू ठरव, मग आपण पैसे शेअर करू या."

ॲनच्या फोननंतर तिच्या तोंडाची चवच गेली. क्लेअरला अपराधी आणि दुःखी वाटावं, असा तिचा इरादा असला तर त्यात ती चांगलीच यशस्वी झाली होती. आता क्लेअर घरी कोणाला फोन करायची नाही ही वस्तुस्थिती होती. पण फोन करून बोलायचं काय? तिच्याकडे देण्याजोगी काहीच खबर नव्हती.

ती लंडनला राहायला लागल्यापासून तिचं आपल्या आईबाबांबरोबरचं नातं खूप बदललं होतं. तिनं आपल्या बर्लिनच्या बॅले दर स्टात्सोपरमधल्या वाद्यवृंदांबरोबरच्या कामाला राम राम ठोकून लंडनला स्थायिक व्हावं हे त्यांना पटलं नव्हतं. तिच्या करिअरच्या दृष्टीनं ही घोडचूक होती असं त्यांचं मत होतं. शिवाय

लंडनमधे त्यांचे कोणी नातेवाईक किंवा मित्रमैत्रिणीपण नव्हते. तिथे कुणाशीही काहीही संबंधच नव्हता. त्यामुळे तेव्हा ते आपली आदर्श पालकांची भूमिका निभावू शकले नव्हते. आपल्या मुलीला नवीन ठिकाणी जाताना काही सुचवू शकले नव्हते किंवा इमर्जन्सीला लागला तर म्हणून कुणाचा साधा पत्ता किंवा फोननंबरसुद्धा देऊ शकले नव्हते. त्यांच्या नकाशात लंडनबिंडन अस्तित्वातच नव्हतं. क्लेअरला मात्र हे आपल्या करिअरसाठी आवश्यक वाटलं होतं. शिवाय आईबाबा या शहराविषयी अनभिज्ञ होते हे उलटं तिच्या पथ्यावर पडलं होतं. आता ती स्वतःचा मार्ग शोधायला मोकळी होती. घरापासून लांब राहावं लागणार असल्यामुळे तेव्हा तिच्यात एक वेगळीच ऊर्जा संचारली होती. आईबाबांच्या सल्ल्याप्रमाणे ती त्या वाद्यवृंदाबरोबरच चिकटून राहिली असती तर तिला निश्चित सोपं गेलं असतं; पण अशी सरळ, साधी, कसलंही थ्रिल नसलेली वाट चोखाळण्याचा तिचा पिंड नव्हता. नेहमीची ठरलेली वाट तुडवण्याऐवजी काहीतरी वेगळंच करण्यात तिला मजा यायची. कलावंतांनी असंच असलं पाहिजे असा तिचा ग्रह होता. आपला सुखासीन निवारा डावलून उघड्या जगाला सामोरं जायचं आणि नवनवीन अनुभव घ्यायचे. त्यातूनच कलावंताची सर्जनशीलता अधिकाधिक समृद्ध होत जाते. हिऱ्याला पैलू पडतात. उपरेपणा, एकाकीपणा अशा वेदनेतून अभिजात कलाकृती जन्माला येते. यासाठी सगळे तरल अनुभव तिला आपल्या अंगावर झेलायचे होते. त्यात आकंठ बुडायचं होतं. काही गटांगळ्या खायचीही तिची तयारी होती. हा प्रवास नुसता शारीरिक नाही तर मानसिकसुद्धा होता. एकंदरीत मामला कठीण आहे याची तिला जाणीव होती.

"तू आपलं एवढ्या वर्षाचं प्रशिक्षण आणि मेहनत यावर पाणी का सोडत्येस?" तिच्या आईबाबांनी वाद घातला होता; पण तिच्यामते काहीही वाया जाणार नव्हतं. ती जरा वेगळ्या पद्धतीनं

आपली कौशल्यं वापरून बघणार होती एवढंच. नाहीतरी आता तिच्यासाठी आणखीन काय साध्य करायचं बाकी राहिलं होतं? बर्लिन स्टात्सबॅलेत सहभागी होण्यासाठी निवड होणं यातच अप्रूप, मजा आणि उत्साह वाटण्याचे दिवस कधीच मागे पडले होते. बॅलेची विद्यार्थिनी ते व्यावसायिक डान्सर हा प्रवास कसलीही अडचण न येता पार पडला होता. तेव्हा आपल्याला यापेक्षा वेगळं काही करायचंय असं तिच्या ध्यानीमनीही नव्हतं. तिला स्टेजवरच नांदायचं होतं. आईबाबांनाही आपल्या या दैवी देणगी घेऊन जन्मलेल्या दोन्ही कलावंत मुलींचा सार्थ अभिमान वाटायचा. लोकांची सुरेख घरं बांधण्यासाठी पायाभरणी करण्यात ॲन मग्न असायची, तर ही हवेत लयबद्ध गिरक्या घेत झुलायची.

तिला आठवत होतं की आईबाबा कायम पहिल्या रांगेत बसून डोळे भरून तिचा प्रत्येक शो बघायचे. ते एकही कार्यक्रम चुकवायचे नाहीत. बरेचदा ॲनपण तिला दाद द्यायला त्यांच्याबरोबर थिएटरवर यायची. आत्ता हे सगळं आठवताना तिला थोडं वाईटही वाटलं. नवीन नवीन कार्यक्रम सादर करण्याचे ते दिवस सगळ्यात सुंदर होते. पूर्णपणे स्वच्छंदी. कसलीही काळजी नसलेले. लहानपणापासून तिनं बघितलेलं स्वप्न साकार झालं होतं. तिचा आपल्या कमनीय शरीरावर प्रत्येक हालचालीवर संपूर्ण ताबा होता. अथक परिश्रमांनी हे साध्य केलं होतं तिनं. रंगभूमीवर पाय ठेवल्यापासून तिच्यात कसला तरी अद्‌भुत संचार व्हायचा. तिचा जणू परकायाप्रवेशच होत असे. मग तिची प्रत्येक हालचाल ही सौंदर्य आणि दिमाख यांनी परिपूर्ण व्हायची. केवळ स्वयंशिस्तीमुळे तिनं आपल्या शरीराच्या मर्यादांवर मात केली होती. तिचं शरीर हे निव्वळ एक जन्माला येणारं, खाणारं-पिणारं आणि कधीही व्याधिग्रस्त होऊन एक दिवस नष्ट होणारं जैविक यंत्र राहिलं नव्हतं. आपलं शरीर तिनं प्रयत्नपूर्वक घडवलं होतं. ते एक प्रमाणबद्ध साधन बनलं होतं.

एक सुरेख माध्यम. बॅलेचा अर्थच होता हा. या कुरूप विद्रूप जगाच्या थोबाडावर लगावलेला जालीम ठोसा. मानवी शरीराच्या नाजूकपणाला दिलेली चपराक. संपूर्ण जगातील अपूर्णतेला तोलण्याची किमया फक्त बॅलेद्वारा साध्य होती. इतर नर्तकांबरोबर ती समप्रमाणबद्ध आणि एकसंध अशी सत्यापेक्षा विस्मयकारक उच्च प्रतीची कलाकृती निर्माण करू शकत होती. रोज तिच्यासमोर बसणाऱ्या प्रेक्षकांना त्यांच्या दैनंदिन जीवनातल्या छोट्या-छोट्या सुखदु:खांपेक्षा कितीतरी पटींनी भव्यदिव्य अनुभूतीचा साक्षात्कार घडत होता.

"सत्यम् शिवम् सुंदरम्, या विश्वातलं एवढंच आपल्याला माहिती आहे आणि एवढंच माहिती असणं आवश्यकही आहे." तिच्याबरोबर पासे दी ग्रूक्समध्ये डान्स करणाऱ्या एका मित्रानं तिच्या ड्रेसिंग टेबलाच्या आरशावर ह्या सुविचाराचा स्टिकर लावला होता. तिच्या मनावर हे वाक्य कायमचं कोरलं गेलं होतं. एखाद्या ग्रीक देवळातल्या संगमरवरी खांबावर जसं अख्खं देऊळ तोललं जातं, तसं या वचनावर तिचं अस्तित्व तोललं होतं.

सव्विसाव्या वर्षापर्यंत तिच्या बॅले डान्सरच्या करिअरनं परमोच्च बिंदू गाठला होता. तिनं उत्तमोत्तम नृत्यशैलीत नटक्रॅकर, स्वान लेक, स्लीपिंग ब्युटी अशा सुरेख नृत्यनाट्यात काम केलं होतं.

तिची एकंदर शरीररचना अतिशय सुरेख, कमनीय होती; पण तिला आपलं वजन नियंत्रित राखण्यासाठी खास प्रयत्न करावे लागत. तोपर्यंत दोन-तीनदा तिला एखाद-दुसरा पौंड वजन कमी करायला सांगितलं गेलं होतं. सरत्या वर्षांनिशी ही मर्यादा पाळणं अवघड होत चाललं होतं.

दरवर्षी ती एकदा तरी कंपनीबरोबर जपान, रशिया आणि युरोपच्या दौऱ्यावर जाई. सुरुवातीला तिला हे अतिशय एक्सायटिंग वाटायचं; पण हळूहळू त्यात एक प्रकारचा तोचतोपणा येत चालला होता. दहा वर्षांच्या खडतर प्रशिक्षणानंतर आणि अविरत मेहनतीनंतर

आताशा रोजच्या रात्रीच्या शोनंतर तिला पूर्वीपेक्षा जास्त शीण जाणवायचा. खरं तर त्या टाळ्यांनंतरचा सन्नाटा आणि एकाकीपणा प्रकर्षानं तिच्या अंगावर यायला लागला होता. थकल्याभागल्या गात्रांनी ती अंथरुणावर पडायची आणि मुरगाळलेल्या सांध्यांचा आणि मोडलेल्या हाडांचा हिशेब मांडायची. अंगी बाणवलेली शिस्त, केलेला त्याग, गाळलेला घाम, भिंगरीसारखी फिरती आणि या सर्वांचा परिणाम म्हणजे, बिघडत गेलेले नातेसंबंध ही किंमत तिला मोजावी लागली होती. अनेक नर्तक, जोडीदार, नृत्य-दिग्दर्शक, संगीतकार कामानिमित्त भेटलेले अनेक पुरुष, सगळे तिच्यासारखेच उत्फुल्ल आणि महत्त्वाकांक्षी. नेहमी असंच व्हायचं. शारीरिक आकर्षणापाठोपाठ पॉवर गेम सुरू व्हायचा. तिनं सावरून घ्यायचा कितीही प्रयत्न केला तरी काही ना काही बिनसायचंच. कारण, शेवटी प्रत्येकालाच आपापली करिअर जास्त महत्त्वाची वाटायची. इतक्या कष्टांनी मिळवलेलं यश हे कुटुंब, घर वगैरेसारख्या फालतू गोष्टींसाठी उधळून लावायला कुणीही तयार नसायचं. शिवाय रंगभूमीवर शेकडो लोकांसमोर आपली कला सादर करणं, आकर्षणाचा केंद्रबिंदू होणं, कायम प्रकाशझोतात वावरणं, याची झिंग काही औरच असायची. मग तो प्रकाश असह्य आणि थंडगार का असेना. सगळ्या नर्तकांचं यावर एकमत व्हायचं. कलेचं सादरीकरण हे सेक्सपेक्षाही नशीलं होतं. दुसऱ्या कशालाही ही सर नव्हती. क्लेअरला सगळ्यात जाणवायची ती या गोष्टीची उणीव आणि आता आयुष्यात पुन्हा कधीही आपण रंगभूमीवर जाऊ शकणार नाही ही गोष्ट स्वीकारणं, हे तर आणखीन पलीकडचं होतं.

कंपनीतल्या तिच्या शेवटच्या वर्षी डान्सर्समधले हेवेदावे, भांडणं, खुन्नस यांनी तिच्या सहनशक्तीचा अंत व्हायची वेळ आली होती. आपणच सर्वोत्तम ठरावं म्हणून त्यांची आपापसात सुरू असलेली टोकाची स्पर्धा ही पूर्वी तिला प्रेरणादायी ठरायची.

आता मात्र त्यामुळे तिची दमछाक व्हायची. आणखी तरुण, रसरशीत डान्सर्सची फळी निर्माण झाली होती. आपल्या ताज्या दमाच्या मेहनतीनं आणि महत्त्वाकांक्षेनं त्यांच्या करिअरचा आलेख उंचावत होता. तिच्या वयाचे डान्सर्स स्पर्धेबाहेर फेकले जात होते. मग ते घरसंसार, मुलंबाळं यात गुरफटत होते किंवा मग संथ गतीचा शिक्षकी पेशा स्वीकारत होते. तिच्या एका खास मैत्रिणीनंही डान्स थांबवला. कारण अनेक वर्षं कठीण पृष्ठभागावर नाचल्यामुळे, वर-खाली उड्या मारल्यामुळे, तिच्या कमरेच्या स्नायूंची लक्तरं झाली होती आणि शेवटी ऑपरेशन करावं लागलं होतं; पण क्लेअरसाठी मात्र सतत पुढचा शो, पुढची रात्र, पुन्हा एकदा टाळ्यांचा कडकडाट हे चालूच होतं. इच्छाशक्तीच्या जोरावर तिनं अजून काही वर्षं काढलीही असती आणि नशिबानं साथ दिली असती तर ती मुख्य नर्तिकाही बनली असती.

अकरा सप्टेंबर दोन हजार एकच्या घटनेच्या दरम्यानच सगळं होत्याचं नव्हतं झालं. आदल्या रात्री तिचं तिच्या नृत्यदिग्दर्शकाबरोबर फाटलं होतं. तेव्हाच नेमकी ॲननं आठवडाभर सुट्टी घेतली होती आणि ती कार्लला भेटायला हॅंबर्गला गेली होती. त्यामुळे ते रिकामं झालेलं घर क्लेअरला खायला उठत होतं. ॲनचं आणि कार्लचं जमून बरेच दिवस झाले होते. दोघांत खास मैत्री निर्माण झाली आहे हे क्लेअरच्या लक्षात आलं होतं. खरंतर ॲननं जर्मन माणसाशी लग्न न करण्याचा निश्चय केला होता. कारण तिच्यामते जर्मन लोक प्रेमळ नव्हते. पूर्वी एकदा ॲनला एक जर्मन भेटला होता. तो अगदी घुम्या होता. तिला मिठीत घेतानासुद्धा त्याच्या दगडी चेहऱ्यावरची रेषही हलली नव्हती. "अगं, मला तर एखाद्या भुताबरोबर वावरल्यासारखं वाटलं." दुसऱ्या दिवशी घरी परत आल्यावर घाबरलेल्या ॲननं तिला सांगितलं होतं. तेव्हापासून त्या दोघी ह्या भावनाशून्य जर्मन पुरुषांना प्रेम कशाशी खातात, ते

माहितीही नसतं म्हणून त्यांची खिल्ली उडवत.

कंपनीत नानाविध देशांची माणसं भेटल्यामुळे क्लेअरला रशियन्स, ईस्टर्न युरोपिअन्स-अमेरिकन्स सगळ्यांचा अनुभव होता. पंचेचाळिशीचा बोस्टनचा मॉर्गन हा नृत्यदिग्दर्शक तर क्लेअरच्या प्रेमात पडलेला होता. बुडलाच होता जवळजवळ. त्याला न्यूयॉर्कला एक काम मिळालं होतं. जाताना क्लेअरलाही आपल्याबरोबर घेऊन जायची त्याची इच्छा होती. प्रेमालापात तो एखाद्या संथपणे चरणाऱ्या गायीसारखा सावकाश हालचाली करत असे. त्याचं सुटलेलं पोट, थोडंसं बेढब शरीर क्लेअरला आवडायचं. तिच्या अवतीभोवतीच्या कमावलेल्या शरीराच्या बांधेसूद नर्तकांपेक्षा हे अगदी वेगळं आणि त्यामुळेच ताजंतवानं, टवटवीत वाटायचं. आपलं थकलंभागलेलं शरीर त्याच्या अंगावर झोकून द्यायचं म्हटलं, तर क्लेअरला तिथे भरपूर जागा मिळायची. त्याच्या गोलमटोल गुबगुबीत पोटावर तिला छानपैकी विसावता यायचं. प्रेमबीम आटोपलं, की तो एक सिगारेट शिलगवायचा आणि आपण दोघं मॅनहॅटनमधे घर घेऊन राहू या म्हणून सुरू करायचा. आपल्या इतर कलाकार मित्रमंडळींबरोबर ग्रीनिच व्हिलेजमधे मस्त जगू या असा प्रस्ताव असायचा त्याचा. क्लेअर यावर काहीच बोलायची नाही. त्याच्या रुंद छातीवर डोकं ठेवून निवांत पडून राहायला आवडायचं तिला. बॅकग्राउंडला त्याचा खर्जातला आवाज आणि वर वर जात विरून जाणारी त्याच्या सिगारेटच्या धुराची वेटोळी याकडेच तिचं लक्ष असायचं. हळूहळू त्यानं तिनं आपल्याबरोबर यावं म्हणून जोर लावायला सुरुवात केली.

शेवटी एकदा त्यांचा शो संपल्यावर त्या उन्मनी अवस्थेतच एका साध्याशा इटालिअन हॉटेलात जेवताना क्लेअरनं त्याला स्पष्ट सांगून टाकलं की, आपलं काम सोडून ती त्याच्याबरोबर न्यूयॉर्कला येणं कदापि शक्य नाहीये. थंड झालेल्या पिझ्झाचा

तुकडा तोंडात टाकत तिनं त्याच्याकडे बघितलं. पाणावलेल्या डोळ्यांनी त्यानं तिचा हात आपल्या हातात घेतला आणि कुरवाळला. जणू तो तिला नाही तर फक्त तिच्या हाताला गुडबाय करत होता. “तू या बाबतीत जरा जास्तच भावनाशील आहेस ना? ठीकाय. एक ना एक दिवस तुला योग्य साथीदार मिळेल आणि तू त्याच्याबरोबर आनंदात राहशील हीच शुभेच्छा.” तो म्हणाला. इतरांबरोबर घडलं होतं, तसंच यावेळीही झालं, आपल्याला नक्की काय हवंय या मुद्द्यावर तफावत निर्माण झाल्यामुळे मैत्रीला पूर्णविराम मिळाला. शेवटी आपापल्या वाटेनं जाताना त्यांच्यात कोणताही वाद, झगडा झाला नाही. फक्त सगळं संपल्याबद्दल मनापासून वाईट वाटतं, तेवढंच वाटलं दोघांना. बास. त्याचं निघून जाणं जाणवायला तिला तर फावला वेळही मिळाला नाही. हे सगळ्याच संबंधांच्या बाबतीत व्हायचं म्हणा! ख्रिसमसपूर्वीचे तीन महिने वर्षातले सगळ्यात जास्त बिझी महिने असायचे. एकामागून एक सगळे शोज आखलेले असायचे. रोजचा रात्रीचा तिचा स्टेजवरचा प्रवेश ठरलेला असायचा. आपल्या कोरीव स्मितहास्यासह ती प्रयोग सुरू करायची. आधीच्या वीकएंडला शो असल्यामुळे अकरा सप्टेंबरच्या मंगळवारी तिला सुट्टी होती. त्या दिवशी तिनं विश्रांती घ्यावी, अशी अपेक्षा होती.

त्या दिवशी सकाळी आरामशीर उठून ती टबात शिरली होती. पाणी थंड झाल्यावर पुन्हा एकदा टब भरून त्यात शांतपणे पहुडताना ती मॉर्गन आणि त्याच्याचसारखे इतर यांच्या बरोबरच्या आपल्या तुटलेल्या संबंधांवर विचार करत होती. आपल्या मानसिक जखमा कुरवाळताना आजच्या दिवस आपण घराबाहेर पडायलाच नको, असं तिनं ठरवून टाकलं. दुपारी तीनच्या सुमारास तिनं टीव्हीसमोर बैठक मारली आणि टॉम अँड जेरीचं कार्टून बघता बघता तिनं आपल्या आवडीच्या व्हॅनिला विथ चॉकलेट चिप्स आइस्क्रीमचा फडशा पाडायला सुरुवात केली. तेवढ्यात ॲनचा

फोन आला. फोनवरच्या तिच्या चिडक्या आवाजावरून काहीतरी घोळ असल्याचं क्लेअरच्या लक्षात आलं; पण जेव्हा तिनं टॉम अँड जेरी सोडून बातम्या लावल्या, तेव्हा समोरचं दृश्य पाहून तिला खरं तर हसूच फुटलं. काहीतरी स्टंट चालू असणार असं तिला वाटलं. प्रत्यक्षात असं काही घडणं शक्यच नव्हतं. वर्ल्ड ट्रेड सेंटरच्या एका टॉवरला आग लागली होती. काळ्याकुट्ट धुराचा एक उभा लोटच्या लोट गगनाला भिडला होता. न्यूयॉर्कमधे छान सोनेरी ऊन पडलं होतं. त्या पार्श्वभूमीवर पसरणारा हा काळा धूर म्हणजे एखाद्या अनामिक चित्रकारानं काढलेलं सुरेखसं पेंटिंग वाटत होतं.

"क्लेअर, हे खरं घडतंय. जोकबीक नाहीये." ॲनचा हताश स्वर तिच्या कानावर पडला, "एक विमान त्या टॉवरमधे घुसलंय. बरेच जण मेलेत." बातमीचा अर्थ लक्षात यायला तिला थोडा वेळ लागला. समोरच्या बातमीदाराच्या चेहऱ्यावरची भीती वाढत चाललेली दिसत होती. असं वाटत होतं की आपण जे दाखवतोय आणि सांगतोय त्याच्यावर त्याचा स्वत:चाही विश्वास बसत नव्हता. "आत्ताच हाती आलेल्या बातमीनुसार दुसरंपण एक विमान येतंय." तेवढ्यात ते विमान येऊन पोहोचलं देखील. तो बातमीदार एकदम गडबडला. एखाद्या अचूक सुटलेल्या बाणासारखं सर्वांच्या डोळ्यांदेखत ते दुसऱ्या टॉवरवर धडकलं. "अरे देवा!" ॲन फोनवर किंचाळली. "शिट, काय चाललंय काय?" मागनं कार्ल ओरडलेला तिला ऐकू आला. बातमीदारसुद्धा असहाय्यपणे पटकन तोल गेल्यासारखा दोन पावलं मागे गेला. "नक्की काय होतंय?" क्लेअर पुटपुटली पण ॲननं उत्तर दिलं नाही. बातमीदारसुद्धा असहाय्यपणे त्या विस्फोटाकडे बघत होता. अणुबॉम्ब फुटल्यासारखा आवाज झाला आणि सगळीकडे धूरच धूर पसरला. बघता बघता काही सेकंदांत जगातल्या दोन अभेद्य खडकांसारख्या असलेल्या त्या वास्तू धुरामुळे दिसेनाशा झाल्या. बातमीदारानी स्वत:ला

कसंबसं सावरलं आणि एका कोड्याची उकल करावी तशी तो पटापट माहिती सांगू लागला. हा निव्वळ अपघात नव्हता तर हल्ला होता. दहशतवाद. पुन्हा पुन्हा हाच शब्द वापरला जात होता. ज्या गांभीर्यानं ठासून तो ह्याविषयी बोलत होता त्यावरून त्याची अपेक्षा स्पष्ट दिसत होती की, लोकांनी समजून चुकावं की असे अतिरेकी हल्ले हे आता सर्वांच्या पाचवीलाच पुजलेले असणारेत. दहशत. पाठीत सुरा खुपसल्यासारखा शब्द. "आपण तिथे वरती गेलो होतो ते आठवतंय का तुला?" ॲननं हरलेल्या अस्फुटशा आवाजात विचारलं. आईबाबांबरोबर त्या दोघी न्यूयॉर्कला ट्रिपला आल्या होत्या. तशा लहानच होत्या दोघीही! क्लेअरला तिथली ती मोठी काळी लिफ्ट आठवली. त्या लिफ्टनी ते विंडोज ऑन द वर्ल्ड या एकशे सहाव्या मजल्यावरच्या हॉटेलात गेले होते. इतक्या वर जायला मजा वाटली होती, पण पोटात थोडी बाकबूकही झाली होती. वरच्या काचेला नाक लावून उभं राहताना त्यांनी एकमेकींचे हात घट्ट धरले होते. खाली दिसणारी हडसन नदी आणि तिथल्या बोटी खेळण्यातल्यासारख्या वाटत होत्या. "अर्थात, मला आठवतंय. तुझी जाम तंतरली होती. कारण, बाबांनी सांगितलं होतं, की एवढ्या उंचीवर वाऱ्यामुळे टॉवर थोडा हलतो."

तेवढ्यात ॲन एकदम किंचाळली. टॉवरच्या आग लागलेल्या मजल्याच्या वरच्या मजल्यावर काहीतरी हालचाल दिसत होती. ते दूरवर हलणारे ठिपके म्हणजे माणसं आहेत हे समजायला क्लेअरला जरा वेळ लागला. तिनं नीट बघितलं. काहींनी आपले शर्ट काढले होते आणि पांढरं निशाण फडकवावं, तशी ती लोकं ते कपडे वर धरून हलवत होती. तेवढ्यात अचानक काहींनी खाली उड्या मारायला सुरुवात केली. खेळण्यातल्या शिपायांसारख्या दिसणाऱ्या या आकृत्या खाली उडी मारून मृत्यूला कवटाळत होत्या. ते बघणं फार भयानक होतं. त्यांच्यामागचं इमारतीचं चकाचक पॉलिश

केलेलं बुलंद धातुकाम मात्र उन्हात चमकत होतं. ॲननं फोन ठेवला. क्लेअरला डायलिंग टोन ऐकू आला, तेव्हा तिनं दचकून फोनकडे पाहिलं. आता खोलीत ती एकटी होती. समोर टीव्हीवर तीच तीच दृश्यं पुन्हा पुन्हा दाखवत होते. तेवढ्यात ते टॉवर्स ढासळायला लागले. आख्खं जग स्तिमित होऊन बघत होतं, ह्या खिळलेल्या नजरांमुळे आपल्या सहनशक्तीचा अंत झाल्याप्रमाणे त्या इमारतींनी आपला देह ठेवला. क्लेअरचा श्वास अडकला. तिला अशा ऐतिहासिक घटनेचा साक्षीदार व्हावं लागलं होतं. एखाद्या नव्यानं शोधून काढलेल्या करमणुकीच्या सैतानी खेळात सहभागी झाल्यासारखं वाटलं तिला. ती सोफ्याच्या कडेला टेकली होती. हातात विरघळलेलं आइस्क्रीम होतं. डोळ्यांदेखत घडलेला प्रकार हा विकृतरीत्या खिळवून ठेवणारा होता यात शंकाच नव्हती.

एखादा उत्कंठावर्धक पिक्चर बघावा तसा सगळा प्रकार होता. उरलेला संपूर्ण वेळ ती टीव्हीला डोळे लावून बसली होती; पण हे कटू सत्य पचवण्यासाठी तिला ड्रिंक्सची नितांत गरज भासली होती. तिनं स्वयंपाकघरात धुंडाळलं आणि एक सीलबंद असलेली सिंगल मॉल्ट व्हिस्कीची बाटली शोधून काढली. कधीच्या काळी तिचे आईबाबा स्कॉटलंडला गेले होते, तेव्हा त्यांनी तिकडून आणली होती. 'सिंगल मॉल्ट' तिनं लेबलवरची सोनेरी अक्षरं मोठ्यांदा वाचली. खास पाहुण्यांना जेवणानंतर द्यायचं पेय; पण ती या बाटलीबद्दल नंतर विसरूनच गेली होती. स्वत:साठी असा व्हिस्कीचा ग्लास भरून घेणं तिला फारच विचित्र वाटलं. हा तिचा पिंड नव्हता. ती पुन्हा बाहेर येऊन बसली. आता टीव्हीवर दहशतवादावरचे तज्ज्ञ (अशी काही जमात या पृथ्वीतलावर आहे हेही तिला माहिती नव्हतं) घटनांचे धागेदोरे क्रमवार उलगडून दाखवत होते. तेवढ्यात तिच्या आईचा फोन आला. ते दोघं सुट्टी घेऊन एका क्रूझ ट्रिपला गेले होते. बोटीच्या डेकवर मस्तपैकी

आरामखुर्चीत पहुडले असणार. छान सुखात असतील आत्ता. बरंच आहे की न्यूयॉर्कमधल्या भीषण प्रकाराचा त्यांना पत्ताही नसणार, तिच्या मनात आलं; पण त्या आलिशान बोटीवर थिएटरमधे असतो त्या आकाराचा प्लाझ्मा टीव्ही होता.

फोनवर बराच डिस्टर्बन्स होता. त्यामुळे त्यांचे आवाज स्पष्ट ऐकू येत नव्हते. एकंदरीतच नेटवर्कवर सॉलिड ताण आलेला होता. सगळेच एका वादळात सापडले होते जणू. "आजच्या दिवस घरातच रहा'' ते कंठशोष करून सांगत होते. "हो. मी घरीच आहे.'' तिनंही जोरजोरात ओरडून सांगितलं. फोन बंद झाल्यावर आसपासची स्मशानशांतता तिच्या अंगावर आली. प्रत्येक जण बहुतेक टीव्हीसमोरच बसला होता. बर्लिनमधली सगळी माणसं, हॅम्बर्गमधे ॲन आणि कार्ल, कॅरिबिअन समुद्रात कुठेतरी क्रूझवर हेलकावे खात असलेले तिचे आईबाबा– सगळे जण या क्षणी, जमीनदोस्त झालेल्या त्या जुळ्या इमारती बघत होते. समोरच्या फोटोंनी सगळ्यांमधे एक अतूट बंध निर्माण झाले होते. सगळ्यांना सारखीच माहिती मिळत होती. त्यांच्यात असं काही नातं निर्माण होऊ शकतं, ही गोष्ट त्या दिवसापर्यंत अशक्यप्राय वाटली असती. हे काहीतरी वेगळंच होतं. आधुनिक समाजाच्या वर्मावरच प्रचंड जबरदस्त प्रहार झाला होता.

पहिल्यापहिल्यांदा तिनं व्हिस्कीचे अगदी छोटे घोट घेतले. त्या जळजळीत चवीनं तिचा घसा भाजला. हळूहळू तिच्या जिभेला त्या चवीची सवय झाली. कुणीतरी मायेनं शाल पांघरावी तशी सुखाची एक उबदार लाट तिच्या अंगभर पसरली. जसजसा वेळ जाऊ लागला, तसतशी टीव्हीवर या राक्षसी घटनेची भीषणता स्पष्ट होऊ लागली. मनात आलं तरी ती आता टीव्हीपासून दूर जाऊ शकत नव्हती. जणू टीव्हीच्या पडद्यामधे काहीतरी चुंबकीय शक्ती निर्माण झाली होती. त्यामुळे तिथे जे दाखवलं जात होतं, ते प्रत्येक दृश्य

बघण्याशिवाय तिला गत्यंतर नव्हतं. माणसांचे छिन्नविच्छिन्न चेहरे सगळ्यात त्रासदायक होते. भीतीनं विस्फारलेल्या त्यांच्या डोळ्यांसमोर कोसळणाऱ्या इमारतींचं प्रतिबिंब गोठलं होतं.

माणसं जिवाच्या भीतीनं सैरावैरा धावताना दिसत होती आणि तो धुराचा लोट त्यांच्या मागोमाग एखाद्या अजस्त्र प्राण्यासारखा पुढेपुढे येत होता. मॅनहॅटनच्या त्या भागात जिकडेतिकडे अर्धवट जळके कागद, दगडमाती, धूर, राख यांचंच साम्राज्य दिसत होतं. रडणं-भेकणं, किंचाळ्या यांनी आसमंत भरून गेला होता. काही जण भकासपणे चेहरा ओंजळीत लपवून मान खाली घालून बसले होते. हा प्रकार बघण्यापेक्षा मरण बरं असंच त्यांना वाटत असावं. एका सूटबूटवाल्या बॅग घेऊन ऑफिसला जाणाऱ्या माणसाला राखेनं आंघोळ झाली होती. त्याच्या पापण्यांवरसुद्धा राख दिसत होती. पूर्णपणे भांबावून जाऊन तो कॅमेऱ्याकडे बघून काहीतरी ओरडत होता. मधेच भ्रमिष्टासारखा काहीही बरळत होता. क्लेअरनं भराभर ग्लासावर ग्लास रिचवायला सुरुवात केली. त्यामुळे येणाऱ्या बधिरतेमुळे किंवा आत्तापर्यंत समोर बघितलेल्या असह्य दृश्यांमुळे, नक्की कशामुळे कोण जाणे. पण नंतर दाखवलेल्या पेंटागॉनवरच्या हल्ल्याची किंवा शेतात कोसळलेल्या विमानाची दाहकता तिच्यापर्यंत पोहोचलीच नाही. आधीच्या आक्रमणाच्या सापेक्ष हे हल्ले अगदीच नगण्य होते, असं अर्थात नंतर वाटलं. दुपार कलली त्या सुमारास क्लेअरला हलणं मुश्किल झालं होतं. टीव्हीचा आवाज बंद करून ती सोफ्यावर होती तिथेच आडवी झाली आणि त्या हल्लक अवस्थेतच तिला झोप लागली.

नंतर कधीतरी मध्यरात्री तिला जाग आली. तहानेनं तिचा घसा कोरडा पडला होता. जीभ टाळ्याला चिकटली होती; पण तिनं उठून उभं राहायचा प्रयत्न केला तर तिला गरगरल्यासारखं झालं म्हणून मग ती पुन्हा खाली बसली. सगळीकडे अंधार असला, तरी

तिचा टीव्ही चालू असल्यामुळे त्याचा फिकट निळा प्रकाश खोलीभर पसरला होता. तिने आपलं डोकं दाबून धरलं. तिचा मानेपासून वरचा सगळा भाग ठणकायला लागला होता. थोड्याच वेळात तिची अर्धशिशी उफाळून येणारसं दिसत होतं.

आपण असं काही करून बसलोय यावर तिचा विश्वासच बसेना. जेवढं शक्य होतं तेवढं पटकन उठून तिनं टॉयलेट गाठलं आणि तिला भडभडून उलटी झाली. असहाय अवस्थेत तिथल्या थंडगार फरशीवर बसून ती तळमळू लागली. पुन्हा उलटी होणार असं तिला वाटत होतं. काहीतरी महत्त्वाचा आणि प्रमुख बदल झाल्याचं त्या क्षणी तिला कळून चुकलं. हे काही फक्त न्यूयॉर्कमधली एक इमारत कोसळली एवढंच नव्हतं. वरनं उड्या मारणारी माणसं तिच्या डोळ्यांसमोरनं हलत नव्हती. त्यांचे देह खाली जमिनीवर आपटल्यानंतरचं दृश्य तिच्या नजरेसमोर उभं राहिलं. पांढरे शुभ्र शर्ट आणि टायबिय लावलेले ऑफिसर्स तिच्या वडलांसारखे काही जण तर काही त्या विंडोज ऑन द वर्ल्डमधल्या वेटर्ससारखे. त्या वेटरनं त्यांना गुलाबी स्ट्रॉ घातलेली कोकची बाटली आणून दिली होती. ''काय सुंदर देखावा आहे ना? तुम्ही मुली नशीबवान आहात बुवा! आज छान ऊन पडलंय. सोनेरी दिवस आहे.''

त्याचं बोलणं तिला व्यवस्थित आठवत होतं. तो 'सोनेरी दिवस' असंच म्हणाला होता. कोकचे भुरके मारतामारता त्यांनी अवाक् होऊन खालची हडसन नदी बघितली होती. कसली सुंदर दिसत होती ती! निळं निळं पाणी कापणाऱ्या त्या इवल्या इवल्या बोटी. नंतर त्यांनीपण बोटीतून सफर केली होती. त्या लिबर्टी बेटावर गेल्या होत्या. हिरवट निळ्या धातूची ती स्त्री. एखाद्या अढळ ताऱ्यासारखी त्या खडकाळ पारावर उभी होती. हातात टॉर्च घेऊन तिनं आपला उजवा पाय उंचावला होता. जणू काही, ती आता कोणत्याही क्षणी त्या ओबडधोबड मार्गावरून पुढचं

पाऊल टाकणार होती. त्या स्वातंत्र्यदेवतेच्या पुतळ्याच्या आतमधे गेल्यावर क्लेअरनं ॲनचा हात घट्ट धरून ठेवला होता. गोल गोल जिन्यानं त्या जवळजवळ तीनेकशे पायऱ्या चढल्या. "आता आपण तिच्या डोक्याच्या आत पोहोचलोय." ॲन म्हणाली होती. स्वातंत्र्यदेवतेच्या डोक्यात शिरून आतमधे चालायचं, ही कल्पनाच जाम भारी होती. त्यांच्यासाठी अख्खं न्यूयॉर्क शहर हे एक खेळाचं मैदान होतं. अमेरिकनांना हे मात्र चांगलं जमायचं. प्रत्येक गोष्टीचं भासमय खेळणं करून टाकायचे ते. न्यूयॉर्कसारखं दयामायाहीन शहरही याला अपवाद नव्हतं.

क्लेअरच्या पोटात कळ आली. खरं तर तिच्या पोटात अन्नाचा कणही नव्हता. अगदी पाणीसुद्धा उलटून पडलं होतं! पण तिची मळमळ कमी होत नव्हती. शेवटी शेवटी रिकाम्या कडवट फेसाव्यतिरिक्त तिच्या तोंडातून काहीही बाहेर आलं नाही. एका क्षणी तर क्लेअरला वाटलं, की अल्कोहोलमुळे विषबाधा होऊन ती बाथरूमच्या त्या थंडगार फरशीवरच मरून जाणार. आपण नक्की किती प्यायलो ते आठवायचा तिनं प्रयत्न केला. जवळजवळ दोन तृतीयांश बाटली. पण मरण्यासाठी पुरेशी होती का ती? तिचं कपाळ गार पडलं होतं; पण शॉक बसल्यासारखी मधूनच तिच्या अंगातून घामाची शिरशिरी उठत होती. हे तर मलेरियाच्या लक्षणासारखं आहे, असं तिला वाटलं. तिनं डोळे मिटले, पण तिचे उष्णतेनं शुष्क झालेले ओठ अर्धवट उघडे होते. किती वेळ ती अशी झोपली होती, ते तिचं तिलाच कळलं नाही; पण नंतर जेव्हा ती उठून हॉलमधे आली, तेव्हा पहाटेची किरणं खोलीत पोहोचली होती.

अल्कोहोलनं क्लेअरला सहा दिवस तंगवलं आणि तिला दारूची अजिबात सवय नसल्यामुळे यात तिच्या शरीरातली नसन्नस पिळवटून निघाली आणि अंतर्बाह्य स्वच्छ झाली. तिला जवळजवळ

आठवडाभर हॅंगओव्हरचा त्रास झाला. ते पाच-सात दिवस तिला आजाऱ्यासारखं वाटत होतं. आपल्या कमजोरीला तिनं स्वत:च मनातल्या मनात भरपूर शिव्या घातल्या, पण झाल्या प्रकाराबद्दल ती कुणाशीही बोलली नाही. ॲनलाही तिनं काही सांगितलं नाही. उलट हे कुणालाही कळू नये याची तिनी पुरेपूर खबरदारी घेतली. जणू काही तिच्या रंध्रारंध्राला दारूचा वास मारत होता. पुढचे अनेक दिवस जिभेवरची व्हिस्कीची चव गेली नव्हती. जबरदस्तीनं कसेतरी ती चार घास पोटात ढकलत होती. आपलं एवढं जाणीवपूर्वक कमावलेलं नर्तकीचं शरीर इतक्या पटकन दगा देऊ शकतं, याचंच तिला आश्चर्य वाटलं होतं आणि एक प्रकारचं नैराश्यही आलं होतं.

नृत्यसंस्थेच्या टोलेजंग वास्तूतही सतत न्यूयॉर्कमधल्या घडामोडींवरच चर्चा होत होती. प्रत्येकाच्याच ओळखीच्यांच्या ओळखीतले किंवा नात्यातले कुणी ना कुणी यात जखमी झाले होते, मृत्युमुखी पडले होते किंवा बेपत्ता होते. झाल्या गोष्टीवर अजूनही काही लोकांचा विश्वास बसत नव्हता. बाकीच्यांच्या संतापाचा उद्रेक व्हायची वेळ आली होती. एकूण जगभरातल्या नव्वद देशांचे नागरिक यात बळी पडले होते. दररोज तो ढिगारा उपसताना खाली दबलेल्या आणखीन आणखीन बॉडीज बाहेर काढल्या जात होत्या. रोजच्या रोज नवनवीन बेपत्ता माणसांची माहिती समोर येत होती. थोड्याच दिवसांत दहशतवाद्यांचे फोटो पेपरच्या पहिल्या पानावर झळकायला लागले. का कोण जाणे, पण क्लेअरला ही माणसं म्हणजे जीवनाला कंटाळलेले, कडवट, मध्यमवयीन असतील असं वाटलं होतं. हे तर खूपच तरुण होते आणि त्यांच्यापैकी कुणीही वेडा, मूर्ख किंवा आत्मघातकी दिसत नव्हता; पण मुळात अतिरेकी कसे दिसायला पाहिजे होते? या हायजॅकिंगचा सूत्रधार मुहम्मद अट्टा हॅम्बर्गला मरीनस्ट्रास इथे राहून गेला होता ही माहिती बाहेर आल्यावर जर्मनीत तर प्रक्षोभाची लाटच उसळली. ही

अतिशय शांत सामान्य वस्ती होती. हल्ल्याचा कट हॅम्बर्ग टेक्निकल युनिव्हर्सिटी, हार्बर्ग इथल्या एका खोलीत रचला गेला. ह्या सत्यानं तर हलकल्लोळ झाला. विशेषत: ॲन खूप अस्वस्थ झाली कारण तिला हे ठिकाण चांगलंच परिचयाचं होतं. ती एकदा एका सेमिनारसाठी तिथे गेली होती शिवाय तिचे काही मित्रमैत्रिणी तिथे शिकत होते. नंतर तिचा फोन सतत खणखणत होता. ती कधी या माणसाला भेटली होती का हे जाणून घ्यायची जाम उत्सुकता होती प्रत्येकाला. ती काही त्याला कधी भेटलीबिटली नव्हती.

"काय माहीत, कदाचित पॅसेजमधे किंवा कँटिनमधे कधीतरी तो माझ्या बाजूनं गेलाही असेल. पुढच्या कामगिरीच्या विचारात गुंग झालेले जे नादिष्ट असतात ना, आपल्याच तंद्रीत असल्यामुळे जे कधीही तुमच्या नजरेला नजर देत नाहीत तसा कुणीतरी असेल तो; पण जनरली अशा माणसांना नवनिर्मितीची आस असते. विध्वंस नसतो करायचा." असा दहशतवादी जिथे होता त्याच बिल्डिंगमधे आपली बहीण वावरल्याची पक्की खबर आणि कोणत्या ना कोणत्या रूपात त्याच्याशी तिचा संबंध आल्याची पुसटशी शंका क्लेअरला अस्वस्थ वाटायला पुरेशी होती. आता कुठेही सीमारेषा अशा उरल्याच नव्हत्या. जगातली गुंतागुंत प्रचंड वाढली होती. कुठले धागेदोरे कुठे गेले होते, याचा पत्ताही लागणं कठीण होतं. केव्हाही कुठेही काहीही घडू शकत होतं.

एस. बानवरच्या माणसांना ती जास्त बारकाईनं न्याहाळू लागली होती. या हल्ल्यांनंतर पुढच्याच वीकएंडला कार्ल भेटायला आला. तेव्हा ॲनचं आणि त्याचं चांगलंच वाजलं होतं. ॲननं सांगितलं होतं की तिनं परवा एक ट्रेन सोडली होती. कारण काय तर तिनं पेपरमधे अतिरेक्यांचे फोटो पाहिले होते आणि त्या ट्रेनमधल्या तीन माणसांना बघितल्यावर तिला या आत्मघातकी अतिरेक्यांची आठवण झाली होती. शिवाय ते आपापसात कुजबुजत होते.

त्यामुळे नक्की काहीतरी भानगड असणार असा तिचा समज झाला होता. 'आता पुढची पायरी म्हणजे ट्रेन उडवायची. माद्रिदला तेच तर झालं.' ती म्हणाली. कार्लनं यावर वाद घातला होता. त्याचं म्हणणं होतं की 'या अतिरेक्यांना हेच तर हवंय. लोकांच्या मनात दहशत, अविश्वास पैदा करायचाय त्यांना आणि हे झालं की लोकांत फूट पाडायचीये.' त्याच्यामते असं कुणाचातरी संशय आला म्हणून, म्हणून ट्रेन सोडून देणं भ्याडपणाचं होतं. ॲन उगीचच कसलेतरी बिनबुडाचे निष्कर्ष काढून मोकळी होते, असा आरोपच केला त्यानं. हे जरा अतिच होतंय असं ॲनचं म्हणणं होतं. आता दोघांची छानपैकी जुंपणार असं क्लेअरला वाटलं आणि ती तिथून निघून गेली; पण त्या संध्याकाळी वातावरणातला ताण बराच वेळ तसाच राहिला.

हल्ल्यानंतरच्या आठवड्यात युरोपमधे अनेक रेल्वेस्टेशन्सवर एअरपोर्ट्सवर नियंत्रित स्वरूपाचे बॉम्बस्फोट केले गेले. क्लेअरला राहून राहून वाटत होतं की हे एवढ्यावरच थांबणार नाहीये. अजून काहीतरी जास्त भयानक घडणारे. कार्लच्या म्हणण्याप्रमाणे गडबड गोंधळ आणि असंतोष पसरवणे हाच जर अतिरेक्यांचा उद्देश असेल तर तिच्याबाबतीत तरी त्यांना शंभर टक्के यश मिळालं होतं. राजकारणी नेत्यांनी मात्र लोकांना लगेचच सांगायला सुरुवात केलेली होती की, लवकरात लवकर पुन्हा आपापली कामं सुरू करा. तिच्या बॅले कंपनीनं हा सल्ला ताबडतोब अमलात आणलेला होता. त्यांचे कार्यक्रम विनाव्यत्यय चालू होते. रोज संध्याकाळी पडदे सरकवले जात. स्टेजवरची खोटी खोटी का होईना पण परफेक्ट दुनिया शाबूत आहे हे बघून प्रेक्षक सुटकेचा निःश्वास टाकत. राजकन्या अरोरा गाढ झोपी गेलेली असे. मग राजकुमार तिचा पापा घेऊन तिला जागं करे आणि पुन्हा एकदा त्यांचं लग्न होई. नाच सोडला तर स्लीपिंग ब्युटीत काहीही अर्थ नव्हता पण

तरीही ही चाकोव्हस्कीलिखित शंभर वर्षांपूर्वीची कथा अजूनही तितकीच भुरळ घालू शकते, याचं क्लेअरला आश्चर्य वाटे. या नर्तकांची रंगीत तालमीसाठी चाललेली तयारी बघितली की जग एकदम सुंदर आहे असंच भासे. जग म्हणजे सत्यम् शिवम् सुंदरम्, हे आणि फक्त हेच माहिती असणं आवश्यक आहे असा समज होई. क्लेअरनं मात्र तिच्या आरशावरचा तो स्टिकर काढून टाकला होता.

"जगात सगळीकडे सत्यानाश होतोय आणि आपण हे स्लीपिंग ब्युटीवर नाचकाम काय करत बसलोय?" आपला परीचा पोशाख चढवताचढवता क्लेअरनं बाजूच्या नर्तकीला विचारलं. अचानक सगळं निरर्थक किंवा अडाण्यासारखं वाटायला लागलं होतं. ती असल्या कपड्यात ठरावीक लयदार हालचाली दिमाखात करत होती म्हणजे काय करत होती ती इथे? याचं उत्तर अगदी सोपं होतं आणि निरुत्तर करणारंही होतं. "क्लेअर, लोकांना आनंद द्यावा म्हणून आलो आहोत आपण इथे." दुसरी परी म्हणाली.

रंगभूमीवर मात्र तिचा नेहमीप्रमाणे परकायाप्रवेश झाला. ती हँगओव्हर असलेली, कुढणारी क्लेअर कपडे बदलायच्या खोलीतच राहिली. आता नृत्यांगना क्लेअर समोर होती. आपले स्नायू सज्ज झाल्याचं तिच्या लक्षात आलं. पावलं स्वतंत्रपणे थिरकू लागली. लंबकाप्रमाणे मागेपुढे हालचाली सुरू झाल्या. एका पायावर भार देऊन तिनं सहजगत्या लयबद्ध गिरकी घेतली. पुढच्या उंच उडीसाठी कंबर पूर्णपणे ताठ करून तिनं गुडघे थोडे वाकवले. तिची पावलं बाहेरच्या दिशेला वळलेली होती. एक पाय उचलून सटकन समोर ताठ करत तिनं दुसराही पाय उचलला आणि क्षणात ती हवेतल्या हवेत गोल फिरली. प्रत्येक अवयवावर आपला संपूर्ण ताबा असल्याचं तिला जाणवलं आणि पूर्वीसारखंच समाधान वाटलं. तिला कोणतीही हालचाल मुद्दाम विचारपूर्वक वगैरे करावी लागत नव्हती. आपल्या प्रशिक्षणानुसार शरीर विनासायास लवत होतं. काही वेळासाठी

इतर गोष्टींचं तिचं भान हरपलं. आता सहनर्तकांशी तिचं पूर्णपणे तादात्म्य झालं होतं. सगळे जण एकसंध झाले होते. स्टेजवर गिरकी घेताना किंवा हवेत झुलताना आपल्या अशक्त, बेजान शरीराला नवसंजीवनी मिळाल्यासारखं वाटलं तिला. तिच्या एका अवघड पोझिशनमधे तिचा पाय शरीराच्या मागे नव्वद अंशात उचललेला असताना तिला मिस क्लार्कनी फर्मावलं. "पाय आणखी उंच ने क्लेअर. आणखी उंच. नेऽ नेऽ." क्षणात तिचा आत्मविश्वास ढासळला. उरलेल्या तालमीत तिची लय बिघडली ती बिघडलीच. वाद्यवृंदातला एकच सूर बेसूर लागावा तसं झालं. तिच्यामुळे सगळी तान चुकली.

अचानक ती पुढच्या स्टेप्सच विसरली. तिचं हलकंफुलकं बागडणं थांबलं आणि चेहऱ्यावरचं प्रसन्न हसूही मावळलं. "मला वाटतं तुला जरा जास्तच मेहनत पडत्येय." मिस क्लार्क म्हणाल्या.

मिस क्लार्क स्वत: उत्तम प्रथितयश नृत्यांगना होत्या. त्यामुळे इतरांच्या सादरीकरणाबाबत त्या किंचितही दयामाया दाखवत नसत. त्यांनी आपल्या कारकिर्दीत 'ब्लॅक स्वान'सारखी नृत्यनाटिका गाजवली होती. विद्यार्थ्यांच्या मते तर त्या चालती बोलती दंतकथा होत्या. अर्थात ही शाळा कडक शिस्तीची म्हणूनच प्रसिद्ध होती. त्यांच्या घारीच्या नजरेतून कुणाचीही अगदी क्षुल्लकशी चूकही सुटत नसे. प्रत्येक मुलीनं नाचताना पाय पूर्ण क्षमतेनं वर उचलावा म्हणून त्या मुलीच्या मांडीशी जळती सिगारेट धरत. भेदरलेल्या मुलींचे पाय चटाचट वर होत. क्लास संपल्यावर मिस क्लार्कनी क्लेअरला बाजूला घेतलं आणि काय झालंय म्हणून विचारलं. नऊ-अकराच्या हल्ल्यानंतर आपण जाम घाबरलो आहोत आणि आपल्याला रोज रात्री वाईट स्वप्न पडतात, त्यामुळे मन एकाग्र होत नाही, हे तिनं त्यांना सांगितलं. "तुझं कुणी सापडलं का त्यात?" तिनं मान हलवली. "मग प्रॉब्लेम काय आहे? तू का

एवढी अस्वस्थ होत्येय? आपल्याकडे असल्या फालतू गोष्टींसाठी वेळ नाहीये क्लेअर. तुला जर कुणाला भेटायला जायचं असेल, तर जा. भेट त्याला, पण तुझे वैयक्तिक प्रॉब्लेम्स क्लासमधे आणू नकोस. इथे येताना तो कप्पा बंदच व्हायला पाहिजे. कळलं? एकाग्र होण्यासाठी आणि आपलं लक्ष्य गाठण्यासाठी हे विभाजन अत्यंत जरुरी आहेत. जरा व्यावसायिक दृष्टिकोन बाळग. जगातल्या भानगडींचा आपल्यावर परिणाम होऊ देऊ नकोस.''

अर्थात बॅले कंपनीत रजाबिजा हा प्रकारच नव्हता. तिने फक्त दोन आठवड्यांसाठी सुट्टी घेतली, तरी तिला कायमचं घरी बसावं लागलं असतं. अनेक नर्तिका तिची जागा घेण्याच्या महत्त्वाकांक्षेनं रंग लावून तयार होत्या.

त्याच संध्याकाळी जेवताना ॲननं तिला आपण कार्लबरोबर राहण्यासाठी बर्लिन सोडून हॅम्बर्गला जातोय म्हणून सांगितलं. कुणीतरी खाडकन श्रीमुखात द्यावी असं झालं क्लेअरला. ॲनच्या कार्लबरोबर राहण्याच्या निर्णयात आश्चर्य वाटण्याजोगं काहीही नव्हतं. कुटुंबातल्या सगळ्यांनाच हे अपेक्षित होतं. पण का कोण जाणे क्लेअरला मात्र ॲन आपल्याशी असं कधी वागणार नाही, आपल्याला एकटीला बर्लिनला सोडून दुसरीकडे जाणार नाही असंच वाटलं होतं. त्यांचं अलग होणं तिच्या कल्पनेच्या पलीकडचं होतं. पाठोपाठच्या बहिणी. अभिन्न गोष्ट. आत्तापर्यंत कुणीही मित्र त्यांच्या मधे यायला धजावला नव्हता; पण कार्लची गोष्ट वेगळी होती.

''असं बघू नकोस.'' ॲन म्हणाली, ''आम्ही येत जाऊ ना तुला भेटायला. आपण काय परत कधीही भेटणारच नाही असं काही नाहीये.''

पण तरीही हे बोचलं होतं. ओठ आवळून क्लेअर कसनुसं हसली होती. त्या दोघांच्या भूमिका ठरल्या होत्या आणि तिला या पिक्चरमधे कामही करायची इच्छा नव्हती, तरी एक नगण्य

भूमिका तिच्या वाट्याला आली होती. काय योगायोग होता. सगळं साधारण एकाचवेळी घडत होतं. दहशतवादी हल्ले, ॲनचा बर्लिन सोडण्याचा निर्णय आणि तिचा स्वत:चा बॅलेविषयीचा आटत चाललेला जिव्हाळा. शिवण उसवायला लागली होती आणि ती हे थांबवू शकत नव्हती. नंतर कधीतरी या संदर्भात विचार करताना तिच्या लक्षात आलं होतं की, बॅले क्लासमधल्या एका जुन्या मैत्रिणीनं पाठवलेली ईमेल तिनं तेव्हा उघडली, हासुद्धा योगायोगच होता. तिला वाटलं होतं, की मेलमधे कुठलातरी फालतू जोकबीक असेल, आपण असाच झाडून सगळ्यांना पाठवतो तसा. अशा मेल्स ती तिथल्यातिथे डीलिट करायची. तिला माहिती होतं की तिची ही मैत्रीण प्रायोगिक रंगभूमीशी इमान राखून होती. क्लेअर एकदा तिनं नृत्यदिग्दर्शन केलेला एक प्रयोग बघायला गेली होती. क्लेअरच्या मते समोर जे चालू होतं त्याला 'सावळा गोंधळ' याशिवाय दुसरं नावच शोभून दिसलं नसतं. त्या दिवशी तिनं मनोमन पक्कं केलं की असले प्रयोग हा आपला प्रांत नाही. नाचता येईना.... अशी परिस्थिती असेल, तर या नावाखाली खुश्शाल असा धुमाकूळ घालावा. घटकाभर जिवाची करमणूक याच अपेक्षेनं खरं तर तिनं मेलमधल्या लिंकवर क्लिक केलं, पण समोर जे दृश्य उलगडत गेलं, त्यानं ती खिळून राहिली. नर्तकांचा एक गट स्वत:ला जमिनीवर अक्षरश: झोकून देत होता. मग थोडं पुढे सरपटून पटकन उलटी कोलांटी उडी मारत होता. शीर्षासनात ते गोल गोल फिरत होते. वाऱ्यावर तरंगणाऱ्या पिसासारख्या हवेत लीलया उड्या मारत होते. जणू ते स्टेजवर अधांतरी अवस्थेत कार्यक्रम करत होते. तेवढ्यात अचानक ताल बदलला. धीमी लय सुरू झाली. आता त्यांच्या हालचाली स्लो मोशनप्रमाणे होत होत्या. एखाद्या अदृश्य जाळ्यातून सुटण्याची धडपड सुरू होती. दुसऱ्याच क्षणी उलटी उडी मारून ते हातावर चालू लागले.

त्यांच्या शरीरात हाडंबिडं नसून त्या केवळ रबरी बाहुल्या आहेत असा भास होत होता. त्यांच्या कृतीतलं वैविध्य चक्रावून टाकत होतं. नृत्याच्या सगळ्या प्रकारांमधे ते पारंगत होते. पारंपरिक बॅले, मॉडर्न डान्स, अ‍ॅक्रोबॅटिक्स, ब्रेकडान्स सगळ्याचा सुरेख मिलाफ झाला होता. शरीरातल्या प्रत्येक अवयवाचा, प्रत्येक पेशीन्‌पेशीचा वापर करून त्यांनी काहीतरी नावीन्यपूर्ण, अप्रतिम, शब्दातीत असं निर्माण केलं होतं. हे नृत्य एकदम अंगावर येत होतं. हल्ल्यासारखं. क्लेअरला खरं तर तेव्हा प्रचलित असलेल्या इतर नृत्यप्रकारांत फारसा रस नव्हता; पण हा प्रयोग डोळे दिपवणारा होता. शास्त्रोक्त बॅलेचे नियम आणि बंधनं बघितली तर हे मुक्त नाट्य होतं. त्यात गुंगून जाऊन क्लेअरनं नेटवर या प्रकारच्या नृत्याची माहिती काढण्यासाठी सर्च मारला. तिला असे अनेक डान्स ग्रुप्स आणि डान्स स्कूल्स सापडल्या, पण ह्या जास्त करून लंडनमधे होत्या.

बर्लिनमधे बराच फरक पडला होता किंवा तिचा दृष्टिकोन बदलला होता. हे नवीन बर्लिन एकदम खुलं अगदी आंतरराष्ट्रीय बनलं होतं, म्हणजे असंच सगळे म्हणत होते पण तिच्यामते हे शहर आपले पाश आवळत चाललं होतं. ती आला दिवस ढकलत होती आणि अ‍ॅन ज्या दिवशी आपल्याला एकटीला सोडून जाणार आहे त्या दिवसाच्या कल्पनेनं शहारत होती.

तिच्या एका मैत्रिणीच्या हाऊस वॉर्मिंगच्या पार्टीचं आमंत्रण तिला आलं आणि आता आपण यातून थोडा वेळ तरी बाहेर पडू, या विचारानं क्लेअर खूश झाली. आयरीसच्या मित्रमंडळात सगळ्या क्षेत्रातली मंडळी होती. सगळे काही फक्त नर्तक नव्हते. सर्वसाधारणपणे नर्तक लोक इतर नर्तकांशी मैत्री करत. या पार्टीत मात्र बॅले कशाशी खातात ते माहितीही नसलेल्या लोकांशी गप्पा मारता येणार होत्या आणि क्लेअर या गोष्टीसाठी खूप आतुर

झाली होती. आयरीसच्या हॉलमधे एक सुरेख झुंबर लावलेलं होतं. तरुण बर्लिनकरांच्या घरात फारसं फर्निचर नसेल एकवेळ, पण का कोण जाणे, असं एक झुंबर मात्र बघायला मिळतं. तिचा एक डीजे मित्र हॉलमधे एकामागोमाग एक सुंदर सुंदर गाण्यांच्या सीडी लावत होता. प्रशस्त पांढऱ्याशुभ्र खोल्यांत गोल्डफ्रॅप आणि एअरच्या मून सफारीचे खर्जातले सूर घुमत होते. आयरीसनं घरातल्या अनेक भिंती पाडून टाकल्या होत्या. असं भिंती पाडून घराची अंतर्गत रचना बदलून जास्तीतजास्त जागेचा वापर करणे हे बर्लिनवासीयांचं फावला वेळ घालवण्याचं आणखी एक साधन होतं. मधून मधून प्रत्येकाच्याच घराचा जीर्णोद्धार, रंगकाम इ. चालू असे. या पार्टीला आलेल्यांपैकी अनेकांना क्लेअरनं असं रंगेहाथ पकडलं. आयरीस एकटीच राहायची. तिच्या घराला तीन बेडरूम्स होत्या आणि दोन बाथरूम्स होत्या. आत्ता पार्टीत करोना बीअर ढोसणाऱ्यांची किंवा कुठलीतरी फालतू व्हाईट वाईन पिणाऱ्यांची, एकच भाऊगर्दी झाली होती. तेवढ्यात एक पंचविशीचा सोनेरी केसांचा मुलगा कसाबसा तोल सावरत क्लेअरपाशी आला. "मला तुझ्याबरोबर सेक्स एंजॉय करायचंय." तो बोलायला लागल्यावर दारूचा भपकारा येत होता. एका हातानं आपली सोनेरी झुलपं मागे सारत त्यानं तिच्याकडे बघितलं. जणू त्यानं तिला काहीतरी सुरेख ऑफर दिली होती.

"काय मजा आहे." ती मागे सरकत म्हणाली. तो एकदम आक्रमकपणे पुढे झाला आणि त्यानं तिचा हात पकडला. त्याच्या बळकट पकडीमुळे तिच्या हातावर लाल वळ उमटला. पुढे काहीही न बोलता तो एकदम डान्स फ्लोअरवर वळला आणि त्यानी तिथे अतिशय बीभत्स हावभाव करायला सुरुवात केली. क्लेअर जवळजवळ खालीच पडली. त्याच्यापासून कशीतरी सुटका करून घेऊन ती आपला हात चोळायला लागली. आता त्याचं डोकंच

कुठे आपटलं तर बरं, असं तिच्या मनात आलं. तेवढ्यात कुणीतरी म्हणालं, "माझा मित्र नुकताच न्यूयॉर्कहून आलाय. तिथल्या त्या जागेवरच्या ढिगाऱ्यातले काही कण हे बर्लिनच्या भिंतीच्या कपच्यांपेक्षा आता जास्त मौल्यवान मानले जाताहेत. कोकेन विकतात ना तशी ही भुकटी प्लॅस्टिकच्या पिशवीतून विकली जात्येय." क्लेअर मागे वळली. नाकात रिंग अडकवलेला, तुकतुकीत कांती असलेला एक बेताचा उंच माणूस बोलत होता. खूप दिवस उन्हातान्हात काम केल्याप्रमाणे त्याचं अंग रापलेलं होतं. तो जिच्याशी बोलत होता ती बाई एकदम सुकडी होती. ती मॉडेलबिडेल असावी अशी क्लेअरला शंका आली. थोडीशी मान हलवून तिनं एक स्मितहास्य केलं. "डान्सर्सच्या बाबतीत एक गोष्ट बरी असते, ती म्हणजे निदान ते शेव्ह करतात हे तुम्हाला माहिती असतं." आधीच्या बोलण्याकडे लक्षही न देता, ती असंबद्धपणे म्हणाली. आता क्लेअरच्या सहनशक्तीनं पार सीमारेषा गाठली होती. ती जायला निघाली, तेवढ्यात कुणीतरी तिच्या खांद्यावर थोपटलं. "तू काय नेहमी ज्यूसच पितेस की काय?" बोलणारा माणूस इटालियन असावा. कारण, त्याच्या भाषेचा सूर तसा होता. त्यानं वाईनचा ग्लास तिच्यापुढे केला. क्लेअरनं आपण नुकत्याच एका भारी हँगओव्हरमधून बाहेर पडतोय असं स्पष्टीकरण दिलं. "हँगओव्हरमधनं बाहेर यायचा उत्तम उपाय म्हणजे मनसोक्त पिणं." त्यानं आपला मुद्दा सोडला नाही. तिनं त्याच्याकडची सिगारेट घेतली. वाईनबरोबर ही चव फक्कड जमली. एन्झो. तिला त्याचं नाव आवडलं. तो एक फोटोग्राफर होता. तो कसले फोटो काढतो, असं तिनं विचारल्यावर 'फॅशनशी संबंधित' असं उडतं उत्तर देऊन त्यानं तो विषय टाळला. आपल्यालाही आपला जॉब फारसा आवडत नसल्याचं तिनं सांगितलं. "स्वतःला बदलायची वेळ येऊन ठेपली असणार बहुधा." तो म्हणाला.

"नक्कीच." तिनं संमती दर्शवली आणि मोठे मोठे घोट घेत आपली वाईन संपवून टाकली. ते एकत्रच बाहेर पडले. निघतानिघता तिला तो सोनेरी केसवाला बेवडा, खाली फरशीवर गाढ झोपलेला दिसला. सगळे त्याच्याकडे पूर्ण दुर्लक्ष करून चक्क त्याला ओलांडून पुढे जात होते. नोव्हेंबरच्या थंडीत उघड्यावर आल्यावर त्यांच्या तोंडातून वाफा निघायला लागल्या. "सॉलिड भूक लागलीये." क्लेअर म्हणाली. अचानक आपल्या पोटात कावळे ओरडायला लागल्याचं तिला जाणवलं. रस्त्यावरच्या दिव्यांच्या मिणमिणत्या उजेडात ते अलेक्झांड्रा प्लाझाला पोहोचले. तिथे चांगले कबाब कुठे मिळतात हे एन्झोला माहिती होतं.

"या शहरातलं सगळ्यात उत्तम ठिकाण." त्यानं ठामपणे सांगितलं. तो चौक अगदी निर्मनुष्य होता. फक्त एक दारुडा नशेत झिंगत बिअरचा एक रिकामा कॅन लाथेनं उडवत तिथून जात होता. कबाब स्टॉलवर ते भुकेल्या नजरेनं त्या मांसाच्या तुकड्यांवर सपासप चालणारा सुरा बघत उभे राहिले. तिथल्या चुलाण्याची धग क्लेअरला जाणवत होती. त्या उबदार क्षणी तिच्या लक्षात आलं की, आजची रात्र ती एन्झोबरोबर घालवणार होती. या विचारानं तिला जरा बरं वाटलं. हे त्यालाही कळलंय हेही तिला जाणवलं. एकमेकांकडे टाकलेले कटाक्ष सूक्ष्म हालचाली ज्या प्रकारे त्यानं तिच्या ओठांना चिकटलेला ब्रेडचा कण काढला ते, या सगळ्यावरून दोघंही पुढच्या गोष्टीला राजी आहेत, हे स्पष्ट होत होतं. आता काहीही बोलायची विचारायची गरजच नव्हती. शब्द नकोच होते. म्हटलं तर दोन माणसांमधलं नातं किती सरळसाधं, सोपं असू शकतं, याचं क्लेअरला आश्चर्य वाटलं.

एन्झो वेडिंगला राहायचा. ती त्या एरियात पूर्वी कधी गेलेली नव्हती; पण तो भाग फार भयानक आहे, असं तिनं ऐकलं होतं. त्यानं तिच्या चेहऱ्याभोवती आपले हात धरले आणि तिला किस

केलं. बाजूच्या दुकानाच्या खिडकीच्या काचेत तिला आपलं प्रतिबिंब दिसत होतं. बाहुपाशात लपेटून चुंबन घेणारं एक युगुल तिला दिसलं. हे दोघं कधीही एकमेकांपासून अलग झालेले नसावेत असं वाटत होतं. इंडस्ट्रिअल एरियातल्या एका प्रतिबंधित क्षेत्रात एन्झो राहत होता. घर कसलं? तो एक व्यापारी गाळा होता. एखाद्या सभ्य गृहस्थाप्रमाणे त्यानं तिचा हात धरला आणि वेड्यावाकड्या गवतानं वेढलेल्या रुळांवरून तिला एका कारखान्यासारख्या दिसणाऱ्या इमारतीकडे नेलं. त्याची खोली इतकी लांबरुंद होती की खोलीच्या एका टोकापासून दुसऱ्या टोकाला चक्क सायकल चालवता आली असती. तिथेच त्याचा स्टुडिओपण होता. तिथे उंच टाचांचे सॅडल्स घातलेल्या तीन नग्न स्त्रियांचा एक मोठा फोटो लावलेला होता. त्यावरून नजर हटवणं क्लेअरला कठीण झालं. त्या अगदी सहजपणे त्या कॅमेऱ्याच्या दिशेनं येत होत्या. जगातली कोणतीही गोष्ट त्यांना आता थांबवू शकणार नाही. असा एकंदरीत त्यांच्या चेहऱ्यावरचा भाव होता. "हेल्मट न्यूटन." खोलीच्या दुसऱ्या कोपऱ्यातून एन्झो ओरडला. तो जिनसाठी लिंबू कापत होता. "माझा हिरो आहे तो." या हेल्मट न्यूटनच्या तीन बायकांच्या इथेच क्लेअर घुटमळत होती. तेवढ्यात तिला त्याची चाहूल लागली. चांगल्या कमावलेल्या कातड्याचे बूट होते त्याचे. तिच्या हे आधीच लक्षात आलं होतं म्हणा. अभिरुची उच्च दर्जाची दिसतीये, तिच्या मनात आलं. तेवढ्यात तिला समोर एकदम त्याचं डोकं दिसलं. जणू काही ते तिच्याच शरीराचा भाग असल्याप्रमाणे तिच्या शरीराला चिकटलं होतं. त्यानं तिच्यावर चुंबनांचा वर्षाव केला. 'का नाही' तिच्या मनात आलं आणि तिनंसुद्धा उत्तेजित होऊन प्रतिसाद द्यायला सुरुवात केली. 'का नाही.'

दुसऱ्या दिवशी तिनं मिस क्लार्कला फोन करून आपल्याला

ताप आल्याची सबब सांगितली. तिनं चक्क दांडी मारली होती. आज स्टेजवर तर सोडाच पण क्लासला जावं, प्रॅक्टिसबिक्टीस करावी अशीही बिलकूल इच्छा नव्हती तिला. कदाचित ती नको त्या ठिकाणी होती म्हणून असेल. तिथल्या कर्फेर्स्टेन्डॅमच्या बाजूनं ती एखाद्या टुरिस्टसारखी स्वच्छंदपणे मनमुराद भटकत होती म्हणूनही असेल. जणू काही ती अगदी थोड्या काळापुरती बर्लिनला भेट देत होती. तिनं स्टीपलशिवायचं कैझर विल्येम मेमोरिअल चर्च पाहिलं. इंग्लंडहून आलेलं एक कुटुंब मुद्दाम तिथे थांबून बॉम्बस्फोट झाला होता ते ठिकाण नीट न्याहाळत होतं. साठ-पासष्ट वर्षांपूर्वी तिथे काय घडलं ते, एक बाबा आपल्या लहान मुलांना समजावून सांगत होते. मुलांच्या नजरेत इतक्या जुन्या-पुराण्या ऐतिहासिक घटनेशी आम्हाला काय करायचंय असा भाव होता. झक मारली अन् बर्लिनला आलो, असं झालं होतं त्या दोन्ही मुलांना. त्यांना सफरीचा वीट आला होता हे क्लेअरच्या लक्षात आलं. “पासष्ट वर्षं म्हणजे काहीच नाहीत.” बाबा त्यांच्या कोऱ्या चेहऱ्यांकडे बघून म्हणाले. “तुम्ही जर ग्रहांच्या वयाचा विचार केलात तर हे नुकतंच घडलंय हे तुमच्या लक्षात येईल. विश्वाच्या पसाऱ्यात मानवाचा जीवनकाल म्हणजे काहीच नाही.” ‘आणि तुम्ही दोघं. खायला काळ आणि भुईला भार अशी तुमची अवस्था स्वत:ला कोणीतरी मोठ्ठे समजताय.’ — क्लेअरला आपलं मत द्यावंसं वाटलं. तिला त्या बाबांची कीवच आली. त्यांनी आपल्या मुलांना त्या पॅकेज टूरमधल्या बसमधे चढवलं नव्हतं. अशा बसेसमधले तथाकथित सर्वज्ञ गाईड्स जर्मन ॲक्सेंटमधे माईकवरून नुसत्या सनावळ्या पाठ म्हणून दाखवत बस पुढे नेतात. या गृहस्थांनी स्वत: वेळ काढून या दिवट्यांना बर्लिनचा इतिहास समजावून सांगायचं ठरवलं होतं. यासाठी इतकी तसदी घेतल्याबद्दल त्याला एकदा कडकडून भेटावंसं वाटलं तिला. पुढच्या पिढीला हे

समजावून घेण्याचीही इच्छा आणि बौद्धिक कुवत नाहीये हा काही तुमचा दोष नाही असं बोलावं त्याच्याशी असं तिच्या मनात आलं.

त्या दिवशी नंतर ती कादेवेमधे हरवून गेली. तिथल्या कपडे बदलायच्या अंधुक दिव्याच्या खोलीत वेगवेगळे ड्रेसेस घालून बघण्यात तिनं स्वत:ला गुंतवून घेतलं. एका छोट्याशा ढोलीत पक्ष्याचं घरटं बांधल्यासारखं होतं ते. तोंड लपवायला उत्तम जागा. काळ जणू गोठला होता. तिच्याबरोबरचे डान्सर्स लांब कुठेतरी मेहनत करत होते. घाम गाळत होते. एन्झोनं तिच्या फोनच्या आन्सरिंग मशीनवर निरोप ठेवला, पण तिनं त्याची दखल घेतली नाही. हा एक छान जुळून आलेला योग होता. आता त्यात आणखी पुढे काही करायची गरज नव्हती. एकमेकांचा परिचय व्हावा, तो वाढावा म्हणून मुद्दाम प्रयत्न करणं म्हणजे एका सुरेख आठवणीचा चुथडा करणं. अशा प्रकारे संपलेल्या या क्षणिक मैत्रीमुळे एन्झोचं एक परफेक्ट मानसिक चित्र तयार झालं होतं. त्याची मनावर एक छाप पडली होती. तिच्या यापूर्वीच्या अशा मैत्री जोडण्याच्या प्रयत्नांच्या परिणतीप्रमाणे या वेळी दुरावताना कुणाच्याही मनात कटुता नव्हती. क्लेअर घराकडे परतली तेव्हा अंधार पडला होता. घरापाशी आल्यावर थोडा वेळ रस्त्याच्या पलीकडच्या बाजूला उभं राहून ती आपल्या घराच्या खिडकीकडे पाहत राहिली. दिवेलागण झाली होती त्यामुळे खिडकी उजळून निघाली होती. तिनं हातातल्या जड पिशव्या खाली टेकवल्या. तेव्हा कुठे तिच्या लक्षात आलं की आपण ॲनसाठी दुनियाभरचे कपडे खरेदी केलेत. घरात वावरणारी आपली स्वत:ची आकृती तिच्या नजरेसमोर तरळली आणि तेव्हा तिला जाणवलं, की तीपण हे शहर सोडून जाणारेय. तिनं आत्ता आणलेल्या वस्तू या निघताना भेट द्यायला घेतलेल्या होत्या.

ती बर्लिनच्या स्टातस्‌बॅलेमधलं काम सोडतेय ही खबर तिच्या

कुटुंबीयांत वणव्यासारखी पसरली. तिच्या आईबाबांनी, आख्ख्या कुटुंबाला, या विषयावर तिच्याशी चर्चा करण्यासाठी ग्रन्वाल्डमधल्या त्यांच्या घरी तातडीनं बोलावून घेतलं. कार्लपण या मीटिंगला हजर होता. त्यालाही आता या कुटुंबाचा सदस्य मानलं गेलं होतं. लवकरच तो ॲनला लग्नाची मागणी घालेल अशी अपेक्षा होती. त्या रात्रीचं जेवण हे क्लेअरच्या कल्पनेपेक्षाही भयंकर झालं. तिनं डोळे गाळत दरवाजा धाडकन आपटून निघून जाण्यात याचा शेवट झाला. तिच्या या निर्णयामागचं कारण बाकीच्यांना एकतर समजलं नव्हतं किंवा पटलं नव्हतं. ती एक नंबरची स्वार्थी आहे, आंधळेपणानं काहीतरी ठरवतेय, बर्लिन स्टातसूबॅलेसारख्या नामांकित ठिकाणचं काम– त्या धर्तीचं दुसरं काहीही हातात नसताना– सोडणं, हा निव्वळ वेडेपणा आहे, असं तिच्या आईचं स्पष्ट मत होतं. सगळं सोडून तिला लंडनला जायचंय यावर तिच्या वडलांचा विश्वासच बसत नव्हता. "माझी मुलगी लंडनला जाऊन करणारेय तरी काय? त्यापेक्षा पॅरिसला का नाही जात? सुरेख शहर आहे. आपले ओळखीचे लोकही आहेत." त्यांनी आपला निषेध नोंदवला होता. सगळ्यावर कडी म्हणजे ॲननं तिला बालिश आणि हट्टी म्हटलं, याचं तिला खूप वाईट वाटलं होतं. फक्त कार्लनं तिची बाजू घेतली होती. तो म्हणाला होता, "आयुष्यात कधी कधी तुम्हाला असे धोके पत्करावेच लागतात." ॲननं नुसतं त्याच्याकडे 'गप बस' या अर्थी रोखून पाहिलं होतं. 'गप बस' याअर्थी आणि या कुटुंबातल्या आपल्या चंचुप्रवेशावर गदा यायला नको म्हणून तो ताबडतोब गप्प झाला होता.

त्या दिवशी नंतर उशिरा एकदम संध्याकाळी तिच्या तौलौसच्या काकांचा फोन आला होता. तिला जरा समजवावं, ऐकलं तर बरंच झालं, असा त्यांचा इरादा होता. "तुझ्या आईबाबांचा तरी विचार कर जरा. तुझ्या या बॅले क्लासची एवढी भरभक्कम फी भरलीये

त्यांनी.'' आपल्या रागावर कसाबसा काबू ठेवून तिने काहीतरी उत्तर दिलं होतं.

''बरोबर आहे. पण मी म्हणजे काही त्यांची एफ.डी. नाहीये, व्याजबीज मिळायला. मला वाटतं, माझ्या आयुष्यात मला जे करायचंय ते करायला माझी मी स्वतंत्र आहे.''

ॲनशिवाय जगण्यासाठी तिला नवीन जागा शोधण्याची नितांत गरज होती. याच दड्प्यामुळे कदाचित तिला हा निर्णय घ्यावा लागला होता. कायम प्रकाशझोतात असण्याची सवय तिला मोडायची होती. नवी सिटी, नवं राज्य हा प्रकार अनुभवायचा होता. नवीन ठिकाणी तिचा सूर, ताल सगळं बदलणार होतं. आजूबाजूची माणसं, भाषा सर्वस्वी वेगळं होणार होतं. आता ॲनच्या आधी घर सोडायचं, याच विचारानं ती पछाडली होती. दोनेक आठवड्यांत तिनं सगळं ठरवून टाकलं. तेजेल एअरपोर्टवरून तिच्या विमानानं जर्मनीच्या दाटून आलेल्या आकाशात भरारी घेतली, तेव्हा क्लेअरला आपण करत असलेल्या धाडसाची थोडीशी भीतीही वाटत होतीच पण त्यापेक्षाही, भविष्यात उत्सुकता जास्त होती.

*

मंद हसत मिस झेल्डानी तिच्याकडे बघितलं. क्लेअरलाही त्यांची निराशा जाणवली. ''तू या प्रकारासाठी पुरेशी खंबीर होशील, पक्का निर्धार केला असशील, अशी आशा आहे. आय.व्ही.एफ. म्हणजे काही जणांच्या मते नुसता छळ आहे.'' क्लेअरनं आवंढा गिळला. आता आपण ह्या प्रमुख उपचारपद्धतीकडे वळतोय म्हणजे ह्या बाईंना दगा देतोय असंच वाटलं क्लेअरला. मिस झेल्डांच्या नजरेत ती अयशस्वी ठरली होती. चुकचुकत त्यांनी तिची फाईल बंद केली. ''मनापासून शुभेच्छा!'' दार उघडत त्या म्हणाल्या. या वेळी बाहेर पडताना क्लेअरनं तिथल्या फोटोंकडे नजर टाकली

नाही. सगळ्या 'संतोषी माता' बक्षिसाच्या पदकांसारख्या भिंतीवर विराजमान झाल्या होत्या. ती माळ म्हणजे मिस झेल्डांची विजयपताका होती. क्लेअर त्या ओळीत बसू शकत नव्हती. रिसेप्शनमधे क्लेअरनं आपलं शेवटचं बिल चुकतं केलं. कंटाळवाण्या चेहऱ्यानं तिथल्या बाईनं क्लेअरचं क्रेडिट कार्ड स्वाईप केलं, आपण गेल्या काही महिन्यांत अशा वेगवेगळ्या उपायांमधे एकूण किती पैसे घालवले, याचा विचार न करण्याचा तिने प्रयत्न केला; पण वेळ आणि पैसा यापेक्षासुद्धा तिला मानसिक यातना जास्त झाल्या होत्या. जणू मिस झेल्डांना सुरुवातीला तिच्या केसमधे इतकी आशा वाटलेली असताना तिनं असं हे सगळं सोडून देऊन त्यांची घोर निराशा केली होती. अर्थात त्यांच्याकडे आलेल्यांपैकी ज्या ज्या स्त्रिया गरोदर न होता परत गेल्या होत्या, त्या प्रत्येक पेशंटपायी त्यांचं आणि त्यांच्या क्लिनिकचं नाव खराब झालं होतं. शेवटी हा धंदा होता आणि लंडनमधल्या मुलं जन्माला घालण्याच्या अशा फॅक्टऱ्यांमधे जीवघेणी स्पर्धा फोफावली होती.

काही दिवसांपूर्वीच टाईम्समधे सगळ्यात यशस्वी आय.व्ही.एफ. क्लिनिक्सची यादी प्रसिद्ध झाली होती. अँथनीनी अजिबात वेळ न घालवता, ताबडतोब त्यातल्या सर्वांत जास्त यशस्वी असलेल्या क्लिनिकमधे अपॉईंटमेंटही घेऊन टाकली होती.

"आता हेसुद्धा ओमफस झालं, तर निदान आपण सगळे उपाय करून बघितले, हे तरी समाधान असेल आपल्याला." त्याचं बरोबर असलं तरी यामुळे काही फारसा दिलासा मिळणार नव्हता. क्लेअर शेवटची एकदा म्हणून पॉल्समधे गेली. तिचं हे आन्हिक संपुष्टात आलं होतं. या वेळी कॅफे पूर्णपणे रिकामा होता. फ्रेंच डॅनिश चघळता चघळता तिनं 'अकारण वंध्यत्व' या शब्दप्रयोगाचाच विचार करायला सुरुवात केली. वैद्यकीय परिभाषेसाठी हा शब्द विचित्र वाटत होता. मानवानं इतर इतक्या अतर्क्य गोष्टी

सहजसाध्य केल्या– म्हणजे चंद्रावरची मोहीम फत्ते केली, नवनवीन प्रजातींच्या संशोधनासाठी सागरतळाचा शोध घेतला– असं असताना तिच्यात काय दोष आहे, मूल जन्माला घालण्यासारखी जगातली इतकी मूलभूत आणि नैसर्गिक गोष्ट तिला का जमत नाहीये, ते मात्र सांगता येत नव्हतं. हे कसं शक्य होतं? एके काळी तिच्या शरीराशी तिची खूप चांगली दोस्ती होती. आनंद आणि अभिमानाचा स्रोत होतं ते; पण आता तेच शरीर तिचं नंबर एकचं शत्रू बनलं होतं. त्यामुळे तिला स्वतःचीच अतिशय चीड आली होती. आपलं शरीर आपल्याला असा दगा का देतंय? नक्की काय प्रॉब्लेम आहे? त्या आजाराचं नावदेखील सापडत नव्हतं. स्पष्टपणे बोट दाखवता येत नव्हतं. ऐन वेळी फसवलं होतं तिला त्या शरीरानी. तिनं काय करायचं बाकी ठेवलं होतं? मसाज झाला, हिप्नोथेरपी झाली, ॲक्युपंक्चर झालं, पोषक आहार झाला, तरीही कशालाही न बधता तिचं शरीर अडेलतट्टूपणा करतच होतं. काहीतरी महाभयानक नावाचा एखादा रोग आहे असं कळलं असतं, तरी तिनं त्याची मानसिक तयारी केलेली होती. निदान त्यामुळे मूल होत नाहीये हे कारण पुढे आलं असतं आणि हे तिला चाललं असतं. काहीतरी उत्तर तरी मिळालं असतं आणि त्याचा स्वीकार करणं थोडं सोपं गेलं असतं. अवतीभवती इतकी प्रजा कारण नसताना वाढत होती हे पाहिल्यावर तर तिच्यामते आपल्या चांगल्या सुदृढ शरीरात असा रिता गर्भाशय मिरवणं याला काहीच अर्थ नव्हता.

क्लेअरनं स्कूटरचं कुलूप काढून सीटखालच्या कप्प्यात टाकलं. त्या इस्टेटमधल्या मुलांबरोबरच्या प्रसंगानंतर तिनं स्कूटरसाठी एक नवी कोरी भक्कम चेन आणली होती. ही कापणं सहज शक्य नव्हतं. त्या गंभीर होऊ शकणाऱ्या अपघातातून वाचल्यानंतर कुणीतरी तिच्या पांढऱ्याशुभ्र स्कूटरवर खिळ्यानं लिंगाचं चित्र काढून ठेवलं होतं. ही नुसती टपोरेगिरी होती पण आता दर वेळी

स्कूटर पार्क करताना ती चारी बाजूंना नीट बघायची. युस्टन रोडवरच्या अनेक इमारती पाडल्या जात होत्या. यासाठी तिथे जे पत्रे उभारले गेले होते. त्याच्या आड लपलेली ही लालचुटुक विटांची सेंट पॅन्क्रास बिल्डिंग तिला दिसली. बाजूलाच लांबलचक मानेच्या क्रेन्सचं काम सुरू होतं. अजस्र पक्ष्यांनी जमिनीवरचे दाणे टिपावेत तसं दृश्य होतं ते. खाडीखालील रेल्वेचं जाळं तयार करण्यासाठी बोगदा खणला जात होता. थोड्याच दिवसांत लोक दोनेक तासांत ट्रेननं पॅरिस गाठू शकले असते. तो सगळा भाग म्हणजे एखाद्या बिल्डिंगच्या साईटसारखा दिसत होता. एकदम अद्ययावत संकुल उभं राहत होतं. लंडन शहर हे कालानुरूप किती शांतपणे आणि पटापट बदलतं, याचं तिला नेहमीच आश्चर्य वाटायचं. बर्लिनचं अगदी उलट होतं. पॉटसड्‌मर प्लाझच्या वेळी किती गोंधळ घातला होता त्यांनी. अनेक दिवस चालू राहिलेल्या बांधकामाचा तेव्हा अभिमान वाटायचा. किंग्ज क्रॉस स्टेशनवरील चौकात ती थांबली. तिथल्या कुंपणापलीकडच्या झाडावर सात जुलैनंतरचे फोटो आणि कविताबिविता लावल्या होत्या. आता तिथे त्या बळींच्या नावांचा बोर्ड किंवा त्या घटनेचं स्मृतिचिन्ह वगैरे काहीच कसं नव्हतं, याचं तिला आश्चर्य वाटलं. थोड्याच दिवसांपूर्वी ह्या चौकात त्या झाडापाशी सगळे जमले होते आणि तिथे फुलंबिलं वाहिली होती. आताशा प्रत्येक ऐतिहासिक घटनेची माहिती जितक्या वेगानं सगळ्या जगभर पसरायची, तितक्याच वेगानं ती विस्मृतीतही जायची. तसंच ते झाडही मागे पडलं होतं. काळाच्या ओघात किंग्ज क्रॉस पुढे गेला होता. नवीन अंक सुरू झाला होता आणि त्यात या झाडाला काहीही काम नव्हतं. नाटकाच्या आधीच्या कुठल्यातरी सेटमधला एखादा फर्निचरचा पीस चुकून रंगभूमीवर तसाच राहावा आणि त्या पार्श्वभूमीवर नवीन खेळ सुरू व्हावा तसं काहीसं झालं होतं. त्या कुंपणासमोरच एक तरुण आपल्या

प्रियेचं चुंबन घेत होता. काही दिवसांपूर्वी बरोबर त्याच जागी ती अँथनीबरोबर फुलं वाहण्यासाठी रांगेत उभी राहिली होती. शंभर वर्षांपूर्वी या जागी काय घडलं असेल? सबंध शहरभर अशा इतिहासाच्या पाऊलखुणा उमटलेल्या होत्या. वारंवार वर्तमान आणि इतिहास यांचा आमनेसामने मुकाबला होत असे. आत्ता ट्रेनसाठी बोगदा खणताना कशी त्यांना पुरातन काळातली थडगी आणि हाडं सापडली होती. क्लेअर पेंटनव्हिले रोडवर पोहोचली होती. तिच्या डोक्यात अजून पिढ्यान्‌पिढ्या साफ विस्मरणात गेलेली आयुष्यं, विस्मरणात गेलेला इतिहास, हे अनादि अनंत इतिहासाचे थरच घोळत राहिले होते.

प्रत्येक वेळचा समाज शहरावर आपली छाप सोडत असतो. कालांतरानं त्याचा एक थर बनतो. झाड जुनं होतं. तसं त्याच्यावर कशी सरत्या वर्षाची एक रिंग उमटते. त्यांच्या काय खुणा राहणारेत? समुद्राखालून आवाज न करता धावणाऱ्या जास्तीतजास्त वेगवान ट्रेन्स, काचेच्या सुरेख दिसणाऱ्या पण टिकाऊ इमारती, प्रकाशाची नवीन साधनं आणि या सगळ्यामधून आपलं बोचकं पाठीला मारून तिरस्कार आणि मनस्वी चीड यांचंच बाळकडू घेऊन चालता चालता हातातल्या फोनशी चाळा करणारे तरुण.

नोरानं तिच्या गळ्याला मिठी मारली. तेव्हा क्लेअर एकदम अवाक् झाली. ती एक पाऊल मागे सरकली. जणू काही तिच्या आईसमोर असं उघड उघड प्रेमाचं प्रदर्शन करणं तिला योग्य वाटलं नाही; पण मिसेस रॉस हसल्या. आपल्या मुलीला क्लेअर आवडते, याचा त्यांनी काही फारसा बाऊ केलेला दिसला नाही.

त्या दिवशी क्लेअर आपल्याच विचारात मग्न होती. त्यामुळे काहीही आढेवेढे न घेता नोरा पटकन पाण्यात शिरली, इकडे तिचं लक्षच गेलं नाही. तिनं जेव्हा नोराला आपल्यासमोर छानपैकी पोहताना

बघितलं, तेव्हा कुठे ती भानावर आली. शेवटी नोरानं आपल्या भीतीवर विजय मिळवला होता. हे सगळं कधी घडलं तेही तिला कळलं नाही. जणू काही तिच्या नकळत योगायोगानं झालं होतं सगळं. क्लेअरनं चक्क टाळ्या वाजवल्या. तिनं नोराला पाण्यातच उचलून घेतलं आणि ती खूप शूरवीर मुलगी आहे असं तिला सांगितलं. नोरानं पुन्हा स्वत:ला पाण्यात झोकून दिलं आणि न थांबता स्वीमिंग पुलाची संपूर्ण लांबी पोहून पार केली. तिला क्लेअरला खूश करायचंच होतं. आपण एक चांगली हुशार मुलगी आहोत हे दाखवायचं होतं. क्लेअरला स्वत:लाच विजयी झाल्यासारखं वाटलं. नोरा बिलकूल न घाबरता एकदम आत्मविश्वासानं सरासर पाणी कापत होतो. पाण्याच्या वर कसलीही हालचाल, तरंग उठत नव्हते. आता बघायला सगळं खूप सोपं वाटत होतं; पण नोरा इथपर्यंत येऊन पोहोचली होती कारण क्लेअर तिच्या मागे लागली नव्हती. उलट स्वीमिंग पूल सोडून त्यांनी इतरच उद्योग केले होते. आता नोराला हा पूल म्हणजे तिला बुडवणारा समुद्र वाटत नव्हता. आपण पोहतपोहत शिडी गाठून हवं तेव्हा पाण्याबाहेर पडू शकतो, हे तिला कळून चुकलं होतं. भीती वाटली म्हणजे सगळं संपलं असं नाही तर तिथूनच नवी सुरुवात होऊ शकते, हा विश्वास आपण दिला. ही आपण तिला दिलेली आयुष्यभराची एक अनमोल भेट आहे असं क्लेअरला वाटलं.

क्लेअरनं नोराचं सर्टिफिकेट यांत्रिकपणे मिसेस रॉसच्या हातात दिलं. तिची कामगिरी संपली होती. आता नोराला दूर करायची वेळ आली होती.

मिसेस रॉस नक्की कशाबद्दल बोलताहेत तेच क्लेअरला पटकन कळलं नाही. "तुला माहितीये नोरा अशी झटकन कुणाला चिकटत नाही.'' क्लेअरनं मान हलवली. हे तिला माहिती होतं. "गेले काही दिवस मी तिच्यासाठी एका नॅनीच्या शोधात होते; पण तिचं कुणाशीच जमत नाही असं एकंदरीत मला जाणवायचं. तू

तिला खूप आवडतेस. आठवड्यातून एका दिवसाचाच तर प्रश्न आहे.'' मिसेस रॉसनी मोठ्या अपेक्षेनं तिच्याकडे बघितलं. आपल्याला नोराबरोबर राहायला किती आवडेल ते चेहऱ्यावर दिसू नये म्हणून क्लेअरनं आटोकाट प्रयत्न केला. अँथनीला असलं काहीतरी कितपत रुचलं असतं कोण जाणे. बहुधा नसतंच आवडलं. त्यांनी फोन नंबर्सची देवाणघेवाण केली. क्लेअरनी त्यांना एक-दोन दिवसांत काय ते सांगायचं आश्वासन दिलं. एकदम आनंदात तिनं आपली स्कूटर चालू केली. नोरा लांब जाणार नव्हती. तिची इच्छा असली तर ती नोराला आठवड्यातून एकदा तरी भेटू शकणार होती. घरी परतताना तिनं वेगळाच रस्ता धरला. परवा तिला अडवलं गेलं होतं, तो मार्ग तिनं टाळला. सिटी रोडच्या समोरच्या कॉलनीतली काही मुलं खाली घोळक्यानं जमली होती. काहींनी आपल्या विंडचीटरच्या टोप्या डोक्यावर चढवल्या होत्या. ते सिगारेटी फुंकत होते आणि त्याचबरोबर ड्रग्जही घेत असावेत, असा क्लेअरला संशय आला. त्यांच्या इथून ती पुढे गेली. तेवढ्यात एक मुलगा तिच्या दिशेनं वळला, "अरे, हीच ती हरामी कुत्री साली.'' त्याच्या शब्दांनी तिला चाबकासारखं फटकारलं. त्यांनी तिला बरोब्बर ओळखलं होतं आणि हेरलंही होतं. आत्तापर्यंत कधीही केली नसेल, एवढ्या घाईघाईनं तिनं आपली स्कूटर लॉक केली आणि ती घरात पळाली. दाराच्या छोट्या स्पायहोलला डोळा लावून बाहेर बघताना तिनं स्वत:लाच असा बावळटपणा पुन्हा करायचा नाही असं बजावलं. पंधरा-वीस वर्षांच्या मुलांना काय घाबरायचंय? पण गेल्या काही आठवड्यांत आणखीन आणखीन गाड्यांचं नुकसान केलं गेलं होतं. अँथनीनं हे भुरटे गुन्हे म्हणून सोडून दिलं होतं, तरी एकंदरीत बकालपणा वाढत चालला होता हे नक्की. ते इथे राहायला आले, तेव्हा फुटपाथवर गाड्यांच्या फोडलेल्या काचांचा चुराडा पडलाय असं क्वचितच नजरेला पडायचं.

आता हा रोजचा नजारा झाला होता. हॅक्नेज् क्राईम सीन या सिरीयलमधली दृश्य दररोज इस्लिंग्टनमधे जणू प्रत्यक्ष घडायची. रोजच्या रोज नवीन नवीन रस्ते यात सापडत होते. आपल्याला भेडसावणारी ही चिंता तिनं स्वत:पाशीच ठेवली. नाहीतरी त्यांना घर बदलणं शक्य नव्हतं. मग उगीचच हा विषय काढल्यावर अँथनी आणखी वैतागला असता. आता तर पुढच्या आय.व्ही.एफ. ट्रीटमेंटसाठी त्यांना पैन्‌पै वाचवायची गरज होती. थोड्या दिवसांसाठी तरी निदान बाहेर हॉटेलात जेवणं, सुट्ट्या-सहली यावर काट मारली गेली होती.

त्या दिवशी अँथनी हवेत तरंगतच घरी आला. खरं तर नुकतंच त्याला फायरिंग मिळालं होतं; पण तरीही आत्ता त्याच्या बॉसनं त्याला ऑफिसमधल्या सिनिअर्सबरोबर वीकएंडला गोल्फ खेळायला स्कॉटलंडला यायचं आमंत्रण दिलं होतं. म्हणजे तो बढतीच्या शर्यतीत बाहेर फेकला गेला नव्हता तर! असाच याचा अर्थ होता. स्कॉटलंडची ट्रिप ही चांगली बातमी होती. तिला मात्र असं खेळायला गावाबिवाला जाण्यात काय पॉईंट असतो, ते अद्याप कळलेलं नव्हतं. ''संबंध सुधारतात. टीम स्पिरिट वाढतं.'' अँथनीनं समजावण्याचा प्रयत्न केला होता. भरपूर दारू आणि नॉनव्हेज जोक्स हे महत्त्वाचं. क्लेअरच्या मनात आलं.

रात्रीच्या जेवणानंतर डेव्ह टपकला. त्याला आर्सेनलचा सामना बघायचा होता. पण सामन्याचा केवळ बहाणा होता. त्याला अँथनीशी बोलायचं होतं. त्याच्या अस्वस्थ हालचाली, चंचल नजर यावरून त्याला कसलातरी भुंगा लागल्याचं क्लेअरच्या लक्षात आलं. तिनं वर जाऊन टबमधे गरम पाणी भरून घेतलं आणि ती त्यात डुंबायला लागली. बाथरूमचं दार तिनं मुद्दामहून किलंकिलं ठेवलं होतं. त्यांचं बोलणं कानावर पडलं तर ऐकता यावं म्हणून. पुरुषांच्या गप्पा ऐकण्याचा मोह अनावर होता. डेव्हला स्कॉटलंडचं निमंत्रण नव्हतं.

क्लेअरला याचं अजिबात आश्चर्य वाटलं नाही. त्याच्यासारख्याला प्रमोशन मिळण्याची धुसरसुद्धा शक्यता नव्हती. त्याला शहरी जीवनाचा मनस्वी तिटकारा होता. इथला ढोंगीपणा, सत्तेचा खेळ, हाव, 'बळी तो कान पिळी' हा नियम, काहीच त्याला अंगिकारता आलं नव्हतं. मारा किंवा मरा एवढं सोपं होतं सगळं; पण तो नरभक्षक नव्हताच मुळी. एक चांगला सुसंस्कृत, शाकाहारी माणूस, जालीम शिकाऱ्यांच्या दुनियेत उघडा पडला होता. त्याला आपली नोकरी गमावण्याची भीती सतावत होती. ते बोलायला लागल्यावर क्लेअरनं कान टवकारले.

"मी सांगतो, लवकरच कंपनीत बऱ्याच घडामोडी घडणारेत. खूप नारळ वाटले जाणारेत आणि पहिला नारळ मला मिळणारे. मला माहितीये. मी तशी तयारीपण करतोय."

"बापरे, काय टोकाचा संशयी झालायस तू." अँथनीचं उत्तर तिनं ऐकलं. "तुला ह्या सगळ्या भानगडी कळल्या तरी कोणाकडून?"

"काही सीनिअर्स जेवताना बोलत होते, ते माझ्या कानावर पडलं. मस्करी नव्हती. खरंच सीरीयसली चाललेलं. सध्या आपली इकॉनॉमी बहरतीये; पण तो बहर लवकरच संपुष्टात येणारे. सात वर्षं बहर तर सात वर्षं शिशिर, असं चक्र असतं हे. आत्ता मी शक्य तेवढी बचत करतोय. म्हणजे सध्या शक्य आहे म्हणून. पण हा पत्त्यांचा बंगला आहे रे, कोणत्याही क्षणी कोसळेल."

"असलं काही बोलूसुद्धा नकोस. तुझी ही आधीच हार खायची वृत्ती आहे ना ती मला बिलकूल आवडत नाही." अँथनी एकदम उसळला. "तुला नोकरी गमवायची भीती वाटतीये आणि का तर म्हणे जेवताना कुणीतरी बोलत होतं? ऐकण्यात नक्की काहीतरी चूक झालीये तुझी. जरा सारासार विचार कर." डेव्हशी बोलताना अँथनीकडे काही मुद्दा असेल तर तो त्याला व्यवस्थित सुनवायचा. दोघंही हातचं शिल्लक न ठेवता एकमेकांची पूर्णपणे खेचायचे.

त्यांच्या या तणातणीची क्लेअरला नेहमीच मजा वाटायची. इतक्या शिव्या देऊनही त्यांची दोस्ती मात्र टिकायची. बाथटबच्या कडेवर मान टेकवून क्लेअर कानात प्राण आणून त्यांचं बोलणं ऐकत होती.

"मी पूर्ण विचार करूनच बोलतोय. विश्वास ठेव माझ्यावर. उलट मी संपूर्ण चित्र बघू शकतोय. काय महत्त्वाचं आहे आणि काय नाही ते मला चांगलंच माहितीये आणि माझा जॉब महत्त्वाचा नाहीये."

"मग भडव्या, तू सगळं सोडून सरळ कॅलिफोर्नियाला का जात नाहीयेस? तिथे चांगल्या मारूपोरींना घुमव."

"बरोबर आहे यार. हेच तर करणाराय मी. तुला तिथलं पोस्टकार्ड पाठवेन हां. एक लक्षात ठेव, मला काही तुझी जागा घ्यायची नाहीये. बदल्यात अख्ख्या जगातले पैसे कुणी देऊ केले, तरी मला ते काटेरी सिंहासन नकोय. त्यामुळे क्षणभरासाठीसुद्धा तू स्कॉटलंडला जाणारेस, साहेबाबरोबर गोल्फ खेळणारेस, म्हणून मला तुझा हेवा वगैरे वाटतोय असं समजू नकोस. छान... किती वाईट आहे हे." डेव्ह खदाखदा हसला.

"हो. अगदी खरं आहे. अतिशय दुर्दैवी प्रकार आहे." अँथनीनं कंटाळवाण्या स्वरात हो ला हो केलं. 'आता बोलणं पुरे' असा याचा अर्थ होता. माजावर आलेल्या मस्तवाल काळविटांप्रमाणे भांडाभांडी करून त्यांनी तोंडची भरपूर वाफ दवडली होती. त्यामुळे दोघांचीही रग आता बऱ्यापैकी जिरली होती. मग बीअर कॅन्स उघडले गेले. कुणीतरी टीव्हीचा आवाज वाढवला. नंतर दोघांत काय बोलणं झालं ते क्लेअरला ऐकू आलं नाही. आता दोघांचे अगदी गळ्यात गळे झाले असणार, तिच्या मनात आलं. फुटबॉलची मॅच बघणारे दोन जानी दोस्त.

त्यांच्या बोलण्याचा काय अर्थ लावायचा ते तिला समजत नव्हतं. बहुतेक डेव्हनं हा जॉब सोडून दुसरं काहीतरी सुरू केलं असतं, तर बरं झालं असतं. तो आपल्याशी बोलला असता तर जास्त चांगलं झालं असतं असं तिला वाटलं. सर्वस्वी नवीन

ठिकाणी नव्यानं आयुष्य सुरू कसं करायचं हे तिला माहिती होतं. त्याच्यासमोर हा पर्याय आहे, याचाच तिला हेवा वाटला. त्यांच्या संभाषणावरून एक गोष्ट स्पष्ट होत होती की अँथनीपेक्षा त्याची परिस्थिती फारच भिन्न होती. अँथनीकडे स्वत:चं गहाण पडलेलं का असेना पण घर होतं, क्लेअरसारखी बायको होती आणि आता लवकरच बाळही अवतरणार होतं. पण दोघांमधे एवढा फरक असूनही ते एकमेकांचे खास मित्र होते. अँथनी डेव्हच्या आपल्या कामाकडे आणि एकंदरीतच आयुष्याकडे बघायच्या मनस्वी वृत्तीची तारीफ करायचा. क्लेअरलाही हे आवडायचं; पण का कोण जाणे तिला हे मर्दानगीचं वाटायचं नाही. तिला स्वत:ला महत्त्वाकांक्षेची आस होती. गप्पांच्या नादातही, अँथनीनं डेव्हला त्यांच्या आय.व्ही.एफ प्लॅनबद्दल काहीही सांगितलं नाही याचं क्लेअरला आश्चर्य वाटलं नाही. मित्र कितीही जवळचा असला तरी काही गुपितं उघड केली जात नाहीत. किती कमी जाणतो आपण एकमेकांना. समोरच्या व्यक्तीचं अख्खं चित्र आपल्याला कधीही रेखाटता येत नाही. तुकड्यातुकड्यांनी कळलेली माहिती, जाणवलेली मानसिक आंदोलनं यावरून थोडाफार तर्क करायचा. त्यांच्या लग्नानंतरही एकमेकांशी कधीही न बोललेले काही शब्द होतेच की, मनाच्या कुपीत खोलवर दडवलेली खास बात होती. ऑफिसमधल्या माणसांबरोबर स्कॉटलंडला जाणारा अँथनी हा खूपच वेगळा असणार, क्लेअरच्या मनात आलं. त्याच्या व्यक्तिमत्त्वाचा एखादा तिला माहितीही नसलेला पैलू तिथे आपली चमक दाखवू शकेल. जसं एकदा तो तिला म्हणाला होता की ॲनशी बोलताना नेहमी तिचा स्वर वेगळा असायचा. आपण कुणाशी बोलतोय त्यानुसार तिचा आवाज बदले आणि हे तिच्या स्वत:च्या लक्षातही आलेलं नव्हतं. तिच्या स्वभावालाही अनेक कंगोरे होते आणि तिला तरी याची पूर्ण जाणीव कुठे झाली होती, म्हणजे जी स्वत:विषयी अनभिज्ञ होती, तिनं अँथनीला नीट

ओळखण्याचा प्रश्नच उद्‌भवत नव्हता. तो तिचा नवरा होता. रोज रात्री ती त्याच्याशेजारी झोपायची. दोघंही एकाच हवेत श्वास घ्यायचे. त्याच्या छातीवर विसावून ती त्याच्या काळजाची धडधड ऐकू शकत होती. त्यांचे देह एकरूप होऊ शकत होते तरीही त्याच्या आयुष्यात काय चाललंय हे आपल्याला माहिती आहे, याची खात्री ती देऊ शकत होती का? "तू अगदी रहस्यमय आहेस." अँथनी लग्नाच्या आधी म्हणाला होता. कोणीही समोरच्याला संपूर्णपणे ओळखू शकत नाही, समजू शकत नाही, या गोष्टीचा स्वीकार करणं इतपतच सत्याच्या जवळ पोहोचता येतं. आपण सगळं शेअर करतो हा निव्वळ भ्रम आहे. सगळं सांगतो आपण? त्या क्षणी मिसेस रॉसच्या ऑफरबद्दल अँथनीला काहीही सांगायचं नाही असं क्लेअरनं ठरवून टाकलं. हे तिचं छोटंसं गुपित होतं. नाहीतरी त्याला हे चाललंच नसतं. मग त्याला काही सांगितलंच नाही तर निदान पुढचा वादविवाद तरी टळेल. क्लेअर टबमधे मागे रेलली आणि तिनं आपलं शरीर सैल सोडलं. तिचा उंचावलेला गुडघा भोवतीच्या साबणाच्या फेसात एखाद्या पांढुरक्या बेटासारखा दिसत होता. हवा बदलली की अजूनही त्या संक्रमणकाळात तिला थोडं दुखायचं. तिनं गुडघा चोळला. गुडघ्यावर खाली जवळजवळ नडगीपर्यंत एक छान व्रण होता. तो पूर्णपणे जाणार नव्हता. तिच्या जीवनाला संपूर्ण कलाटणी देणाऱ्या दिवसाची आठवण. तेव्हा नक्की काय काय घडलं हे आठवायचा ती प्रयत्न करे तेव्हा एका विशिष्ट क्षणापाशी सगळं थिजे. पुढे नुसता अंधार पसरे.

पण त्या दिवशी ती किती आनंदात होती हे ती विसरू शकत नव्हती. लाऊ रीडच्या 'अ परफेक्ट डे' या आपल्या आवडत्या गाण्याची लकेर घेत ती नील स्ट्रीटवरून भटकली होती. क्लासमधल्या मस्त जमून आलेल्या प्रॅक्टिसनंतर नेहमीप्रमाणे ती वेगळ्याच दुनियेत लहरत होती. व्यायामामुळे तिच्या गालांवर चढलेली

लाली अजून ओसरली नव्हती. अंगातल्या सळसळत्या चैतन्यानं तिला खूप हलकं हलकं वाटत होतं. आयुष्याला मिळालेल्या या वळणामुळे ती हरखून गेली होती. काही दिवसांपूर्वीच कंपनीतर्फे तिची अव्वल डान्सर्समधे निवड झाली होती. तिचं ईप्सित साध्य व्हायची वेळ आली होती. लंडनला आल्यावर पहिले सहा महिने ती नुसती हा क्लास तो क्लास आणि निरनिराळ्या ऑडिशन्स यातच गुंतली होती. शेवटी एकदाचं जमलं होतं. क्लासिकल बॅलेपेक्षा आपण आणखीनही बरंच काही करू शकतो, हे एका नृत्यदिग्दर्शकाला पटवून देण्यात ती यशस्वी झाली होती. बॅलेमधे केलेल्या तपश्चर्येमुळे तिचा पाया पक्का झाला होता. त्यामुळे यापुढे ती याच क्षेत्रात भरीव कामगिरी करू शकली असती किंवा मग या आधारावर संपूर्ण नवीन असं काही घडवू शकली असती. हळूहळू ती त्या कडक कायदेकानूंच्या विश्वातून बाहेर पडली. परंपरेच्या चौकटीबाहेरील नृत्यसाधना सुरू झाली. नवीन मुद्रा आणि हरकतींची कास धरली जाऊ लागली. तो नृत्यदिग्दर्शक जन्मानं नायजेरियन असला तरी लहानपणापासून लंडनमधे राहिलेला होता. तिचं शास्त्रशुद्ध तंत्र आणि त्याहूनही जास्त तिनं घेतलेला नृत्याचा ध्यास याची तो मनापासून प्रशंसा करायचा. "हे तुम्ही केवळ शिकवणाऱ्यावर उपकार केल्यासारखं शिकायचं म्हणून शिकून आत्मसात नाही करू शकत" त्याचे शब्द घुमायचे. त्याची डान्स कंपनी तशी नवीच होती, पण तिची लोकप्रियता वाढत चालली होती. लंडनमधले त्याचे सगळे कार्यक्रम हाऊसफुल होते. इथे वेगवेगळ्या स्तरांतून आलेल्या विभिन्न लोकांचा समावेश होता. काही जण तिच्यापेक्षा वयानं मोठे होते. त्यांच्याबरोबर काम करताना तिला खूप सोपं जायचं. ते तिला तिच्या बर्लिनमधल्या वास्तव्याबद्दल विचारायचे. जवळजवळ सगळ्यांनाच या शहराविषयी एक सुप्त आकर्षण होतं. त्यांच्या दृष्टीनं क्लेअर एकदम अजब

अद्भुत वल्ली होती. जर्मन ॲक्सेंटमधे बोलणारी एक उंचाडी स्वीडिश मुलगी. उत्तम डान्सर. अचूक ॲक्शन्स करणारी पण तिला मोकळेपणानं वागणं मात्र मुद्दाम शिकायला लागणार होतं.

उन्हाळ्यातल्या त्या दुर्दैवी दिवशी ती नेहमीप्रमाणे नील स्ट्रीटवरनं चालली होती. पहाटे ढगांचा गडगडाट वगैरे झाला होता पण आता निळं निळं आकाश अगदी पॉलिश केल्यासारखं निरभ्र होतं. क्लेअरला एक खास आंतरिक समाधान आणि तृप्ती जाणवत होती. सगळं कसं आखीवरेखीव होत होतं. तिच्या सगळ्या शंका-कुशंका मिटल्या होत्या. आपण लंडनला येण्याचा जो निर्णय घेतला त्याचा तिला तीळमात्रही पश्चात्ताप होत नव्हता. जेव्हा जेव्हा ती ॲनला आणि आईबाबांना इथल्या हकिकती सांगे, तेव्हा तेव्हा तिचा उत्साह ओसंडून वाहत असे. "तू अगदी त्या गोष्टीतल्या दर्यावर्दी सिंदबादसारखी बोलत्येस. गुप्त खजिन्याची चावी मिळाल्यासारखी." क्लेअरनं आपल्याला डान्ससाठी निवडलंय हे सांगितलं, तेव्हा ॲननं फोनवर जोक मारला होता. "मला खरंच तसं वाटतंय" तिनं उत्तर दिलं होतं.

तसं पाहिलं तर तिचं इथलं घर हे बर्लिनच्या घरापेक्षा लहान होतं. घरभर नेहमी पसारा असे. आजूबाजूची वस्तीही फारशी चांगली नव्हती पण तरीही तिला आकाश ठेंगणं झाल्यासारखं वाटे. बसमधे वरच्या डेकवर बसल्यावर तिला लंडनमधे आपल्याला अगदी स्वतःच्या घरी आल्यासारखं छान वाटतंय ते पुन्हा एकदा जाणवलं. बसला व्यवस्थित गर्दी होती आणि एकाच वेळी चार वेगवेगळ्या भाषा तिच्या कानावर पडत होत्या. तिथले सगळेच जण तिच्यासारखे उपरे होते. त्या परक्या भाषांमधली शब्दांची सरमिसळ ती ऐकत होती. तिला वाटलं की आपण या सगळ्या गोतावळ्याबरोबर अलगद एका कोशात शिरलोय आणि सगळ्यांचा प्रवास एकाच दिशेनं चालू आहे. हे सगळं अगदी साधं, सरळ, घरगुती होतं. खरं तर ती

अगदी एकटी होती; पण तरीही आजूबाजूच्या प्रत्येकाशी ती एका अदृश्य धाग्यानं जोडली गेली होती. आनंदाची, उत्साहाची एक लहर तिच्या अंगांगातून सळसळली. ती आपल्या खुर्चीवरून जवळजवळ उडालीच. आपल्याला नक्की कशामुळे किंवा कुणामुळे एवढं बरं वाटतंय हे तिचं तिलाही कळत नव्हतं. केवळ या अनोळखी लोकांबरोबर या बसमधून आपण निघालोय एवढंच पुरेसं होतं. आपण जे धाडस केलं, त्यामुळेच हे शक्य झालं हे तिच्या लक्षात आलं. ती जर बर्लिनलाच चिकटून राहिली असती तर हे घडलंच नसतं. आता तिला जे मनमोकळं स्वातंत्र्य अनुभवायला मिळत होतं तेच तर तिला हवं होतं. मनसोक्त नृत्य करणं आणि स्वच्छंदी जगणं ही तिची मनीषा होती.

तिच्याबरोबर राहणारी तिची स्वीडिश रूममेट हेलेना राडामधे दुसऱ्या वर्षाला होती. दोघींना मिळून छोट्या छोट्या दोन खोल्या एक बाथरूम आणि एक नकटीच्या नाकाएवढं किचन मिळालं होतं.

"लंडनमधले लोक ना उंदरासारखे बिळात राहतात." हेलेना बेदरकारपणे म्हणाली होती. ती फक्त खरं काय ते सांगत होती. तिला स्वत:ला याचा खेद, खंत काहीही नव्हतं. उलट तिलाही या शहराबद्दल आपुलकी होती. इथे राहण्यासाठी तिचीसुद्धा थोडीफार गैरसोय सहन करण्याची तयारी होती. तिला बघताक्षणी क्लेअरला ती आवडली होती. क्लेअरला जसं नृत्य म्हणजे सर्वस्व होतं, तशी तिची आपल्या अभिनयावर निष्ठा होती. अभिनय क्षेत्रावर ती मनापासून आणि प्रचंड प्रेम करायची. आपला फावला वेळ अजिबात वाया न घालवता ती प्रत्येक मिनिटामिनिटाचा हिशोब करून कुठलं ना कुठलं नाटक बघायला धावायची. तिचा नवीन भूमिकेचा अभ्यास सुरू झाला की ते सगळं नुसतं बघायलाही क्लेअरला खूप आवडायचं आणि क्लेअरची ही अनाहूत प्रेक्षकगिरी हेलेनाला भावायची. "नीट बारकाईनं

बघ हं. अगदी मायक्रोस्कोपमधनं बघितल्यासारखं निरीक्षण कर'' हेलेना सांगायची. हेलेनाला पहिल्यांदाच शेक्सपिअरनं उभी केलेली भूमिका मिळाली होती. त्यांच्या त्या एवढ्याशा किचनमधे ती साकार करताना हेलेना पार हरवून गेली होती. तिचं असं सहजगत्या ओफेलियात झालेलं रुपांतर बघून क्लेअर अवाक् झाली होती. तिच्या उत्तरी सौंदर्याला हा रोल चपखल बसत होता पण तिचं फक्त जॅम आणि ब्रेड यावर राहिल्यामुळे घटणारं वजन आणि एकंदरीत निराश्रिताचा भाव यामुळे तिची रया जायला लागली होती. दोन आठवड्यांत ती बरोब्बर आत्मघातकी दिसायला लागली. कधी कधी क्लेअरला भीती वाटायची की दिवसाकाठी कधीतरी हेलेना या भूमिकेतून बाहेर पडत्येय, का चोवीस तास तेच जगत्येय. अंघोळ करताना हेलेना कण्हायची ते तिला ऐकू यायचं. सतत हॅम्लेट आणि इतर भुतं यांच्याशी तिचा संवाद चालायचा. बरंच काही बघायला लागल्यासारखे तिचे डोळे कायम विस्फारलेले असायचे. आता कोणत्याही क्षणी वेडाचा झटका येईल असं वाटण्यासारखा भाव नजरेत तरळायचा. एकदा रात्री हेलेना अचानक तिच्या अंथरुणात शिरली. "बरं आहे. कुणीतरी सोबत आहे माझ्या. मी एकटी नाहीये. लवकरच मी मरणारे, मग मला दफन करतील.'' तिचा हात दाबत हेलेना म्हणाली. हेलेनाचा हात किती कृश झालाय ते जाणवल्यावर क्लेअर चपापली. एखाद्या लहान, भीतीनं थरथरणाऱ्या बाळासारखा होता तो स्पर्श. क्लेअर तिला एका बाजूनं बघत होती. अंधारात तिचा चेहरा अति नाजूक दिसत होता. चिनी मातीचा बनवल्यासारखा. जरा धक्का लागला की सहज फुटेल असा. जणू हे खऱ्या हेलेनाचं फक्त प्रतिबिंब होतं. शहरातले सहा कोटी लोक, त्यांची तेवढीच स्वप्नं आणि या पसाऱ्यात काळोखात अडकून पडलेल्या, एकमेकींना घट्ट बिलगून गादीवर पहुडलेल्या या दोघी. बाहेरच्या आवाजांनी खोलीतल्या शांततेचा भंग होत होता. ॲम्ब्युलन्सचे आणि पोलिसांच्या

गाड्यांचे सायरन्स, उशिरापर्यंत पबमधे बसणाऱ्या बेवड्यांचं बरळणं. वाहनांची अथक वर्दळ या सगळ्यांत क्लेअरला झोप येणं शक्य नव्हतं. नवीन भाषेतले शब्द जसे आपण मनात घोळवतो, तशा डान्समधल्या नवीन स्टेप्स ती मनातल्या मनात आठवत होती. ओळीनं नीट जमलं तरच त्यातून योग्य तो अर्थ प्रतीत होणार होता. आत्ताच्या आत्ता उठून इथे अंधारातच प्रॅक्टिस करावी असा तिला मोह होत होता. उत्साहामुळे तिची हृदयाची धडधड वाढली. कधीही न दमणाऱ्या, न झोपणाऱ्या स्वतःच्या मस्तीत आकंठ बुडलेल्या या शहराच्या लयीशी तिची नाळ जुळली होती.

नंतर जेव्हा जेव्हा क्लेअर लंडनमधल्या या सुरुवातीच्या दिवसांचा विचार करायची, तेव्हा घरची ओढ, बेचैनी, या शहराचं आपल्यावरचं एक प्रकारचं ऋण, अशा संमिश्र भावना तिच्या मनात दाटून यायच्या. नाहीतरी हेलेनामुळेच तिची अँथनीशी भेट झाली होती. त्या संध्याकाळी हेलेनानं तिला अक्षरशः ओढून घराबाहेर काढलं होतं. ती हॉलमधे योगासनं करत असताना हेलेनानं पिक्चरची तिकिटं तिच्यापुढे पुढ्यात नाचवली होती. आढेवेढे घेतच ती बाहेर पडली होती. थिएटरमधल्या अंधारात त्यांच्या लक्षात आलं, की त्यांच्या सीट्सवर आधीच दुसरी दोन सूट घातलेली मुलं बसली होती. त्यांच्याकडेही त्याच नंबरची तिकिटं होती. बहुतेक ती दोघं ऑफिसमधून डायरेक्ट आली होती. आपण छान सुखानं बसलो असताना या आल्या आपल्याला छळायला असा त्यांचा आव होता. त्यांनी सगळी तिकिटं चेक केली. "सॉरी गर्ल्स" एवढंच म्हणू शकले ते. बाकी कुठलीच सीट रिकामी नव्हती त्यामुळे या दोघींना पैसे परत घेऊन 'मूड जाय वापस' करण्यावाचून गत्यंतरच नव्हतं. हेलेना संतापानं जळफळत होती. "ही शहरी मुलं," थिएटरबाहेर पडताना हेलेना शेवटी म्हणाली, "स्वतःच्या सीट्स

ते आपल्याला देऊ शकले असते.''

अँथनी आणि डेव्ह त्या दिवशी हातात तिकिटं धरून कसे बसले होते. ते नंतर जेव्हा केव्हा आठवायचं तेव्हा तेव्हा तिला जाम हसायला यायचं. आयुष्यात कधी यांच्यापैकी कुणाशी सूत जमवायचा विचारही तिच्या मनाला शिवणं शक्य नव्हतं.

नंतरच्या आठवड्यात एकदा ती इस्लिंग्टनमधल्या वॅगामामस इथे, आपल्या आवडीचं नूडल्स सूप घेत बसली होती. तेव्हा कुणीतरी पटकन तिच्या खांद्यावर हात ठेवला. ''मला माहितीये की तुझी मैत्रीण आमच्यावर चांगलीच भडकली होती; पण खरं सांगू, तो पिक्चर बघायला मिळाला नाही म्हणून तुमचं फारसं काही हुकलं नाहीये. तद्दन बकवास फिल्म होती.'' त्याला ओळखायला तिला वेळ नाही लागला. निळसर हिरवट छटा असलेले डोळे आणि काळे केस. अँथनी. तिला त्याचं नावही आवडलं. तो सहज म्हणून तिच्यासमोर टेकला आणि दोनेक तासांनंतरही ते तिथेच बसून गप्पा मारत होते. त्या दिवशी थिएटरवर झालेल्या पचक्याची भरपाई करण्यासाठी त्यानं तिला आणि हेलेनाला 'पिक्चरला चला' म्हणून आग्रह केला. लगेच काही ती धाडकन् त्याच्या प्रेमातबिमात पडली नाही. ते सगळं हळूहळू घडत गेलं. त्यांचं सेक्स लाईफही अतिशय सौम्य आणि प्रगल्भ होतं. धसमुसळेपणा नव्हता. त्यांच्यासाठी ही शरमेची किंवा लपवाछपवीची बाब नव्हती. तो स्वयंपाकसुद्धा उत्तम करायचा. जो चांगला प्रियकर असतो, त्याला स्वयंपाकदेखील फक्कड जमतो असं क्लेअरचं मत होतं. त्याचं ते अतिशय नजाकतीनं पापलेटमधे सगळे मसाले, लिंबू वगैरे भरणं बघून आपण त्याच्या प्रेमात पडलो असणार असं तिला वाटायचं. तिच्या नेहमीच्या कलाप्रवृत्तीच्या काळ्यासावळ्या मित्रांपेक्षा हा वेगळा होता. ''माझ्या डोक्यात केमिकल लोचा आहे हे एकदा त्याला कळलं की खेळ खल्लास.'' स्वत:च्या संरक्षणाची फळी रचत ती

हेलेनाला म्हणाली होती; पण प्रत्यक्षात तिची मानसिक उलघाल, तिचे क्षणोक्षणी बदलणारे मूड्स तो सहजगत्या पूर्ववत करायचा. तिचं वागणं अगदी नॉर्मल आहे असं भासवायचा. तिला आत्तापर्यंत इतर कुणी असं उदार अंतःकरणानं खांदे उडवत 'चलता है' म्हटलं नव्हतं. याचा परिणाम असा झाला की ती थंडावत गेली. माणसाळली. आता तिला दलदलीत फसण्याची भीती वाटत नव्हती. ती छान मोकळ्या भूमीवर घट्ट पाय रोवून उभी होती. अँथनीबरोबरची दोस्ती किती दिवस आणि कुठपर्यंत चालणार, याची तिला कल्पना नव्हती, पण तिच्यासाठी हा केवळ दोन घडींचा डाव नक्कीच नव्हता.

आता मागे वळून त्या घटनांकडे बघताना तिला राहून राहून वाटतं की त्या क्षणी तिला तो रस्ता क्रॉस करायची अजिबात गरज नव्हती. घरी जाण्यापूर्वी काहीतरी सटरफटर घ्यायची लहर आली, म्हणून पलीकडच्या दुकानात जाण्यासाठी तिनं नेहमीचा रस्ता सोडून आपला मोहरा तिकडे वळवला होता. नंतर विचार करताना, आपण एवढं काय घ्यायला चाललो होतो, तेही तिला आठवलं नव्हतं. तिनं फुटपाथवरून खाली पाय टाकला न टाकला तोच त्या गाडीनं तिला उडवलं. कच्कन ब्रेक लावल्याचा आवाज आणि धडाम्. शुद्ध हरपण्यापूर्वी आपण रस्त्यावरून उडवले गेलोय एवढंच तिला कळलं.

नंतर अपघाताच्या रिपोर्टवरून तिला कळलं, की ती काही मीटर्स दूर फेकली गेली होती आणि पडताना फुटपाथच्या कडेवर तिचा पाय दाणकन आपटला होता. गाडी एक लहान मुलगी चालवत होती. नुकतीच तिच्या अठराव्या वाढदिवसाला ती चंदेरी रंगाची होंडा सिव्हीक गाडी त्या मुलीला भेट म्हणून मिळाली होती. तिनं लगेच ॲम्ब्युलन्स बोलावली. क्लेअरला डाव्या बाजूनं ये-जा

करणाऱ्या वाहनांची सवय नसल्यामुळे तिनं रस्ता क्रॉस करताना चुकीच्या दिशेला बघितलं होतं.

डोळे उघडले तेव्हाच, आपल्या पायाचं काही खरं नाही हे तिला जाणवलं होतं. ती आपला पाय हलवूही शकत नव्हती. तिला त्या भागात काही संवेदनाच नव्हती. प्लास्टरमधला तिचा पाय थोडा वरती टांगून ठेवला होता. एका छोट्या प्लॅस्टिकच्या नळीद्वारे तिला सलाईन लावलेलं होतं. तिला आपल्या हातावरच्या खरचटल्याच्या खुणा दिसल्या. तशा खुणा पूर्ण अंगभर असणार होत्या. खूप मार खाल्ल्यासारखं तिचं शरीर ठेचकाळलं होतं; पण तिला कुठेही दुखतबिखत नव्हतं. "तुला मॉर्फिनचा मोठा डोस देतोय." ऑर्थोपेडिक सर्जननं सांगितलं. पुढे वाकून तिच्या डोक्यावर हात ठेवून तिला तापबीप आहे का याचा अंदाज घेत तो बोलत होता. तोही वयानं लहानच होता. "छान प्रगती आहे." तिनं एकदा त्याच्याकडे आणि एकदा आपल्या पायाकडे पाहिलं. तिला फक्त एकच विचारायचं होतं. त्यानं सुस्कारा टाकला आणि तिथली खुर्ची तिच्या कॉटजवळ सरकवली. "क्लेअर," अपराधीपणे तिच्या हातावर थोपटत तो मृदू स्वरात म्हणाला, "तुझ्यासाठी हे फार कठीण आहे हे मला माहितीये. तुझ्या गुडघ्याला खूप कॉम्प्लिकेटेड फ्रॅक्चर झालंय. यापुढे तू पुन्हा नृत्य करू शकणार नाहीस; पण तू नशीबवान आहेस. तुला पुन्हा चालता नक्की येईल."

तिथलं सगळंच भकास पांढरं होतं. भिंती, पडदे, प्लास्टर, डॉक्टरचा कोट, त्याचे दातसुद्धा लंबकाप्रमाणे मागे-पुढे होताहेत, असं वाटलं तिला. तो गेल्या-गेल्या तिची गात्रं गोठली. तिचा काही फक्त तो पाय प्लॅस्टरमधे नव्हता, तर संपूर्ण शरीराला अंतर्बाह्य सफेद वस्त्रात करकचून बांधलं होतं. थोडंसं हलणंही मुश्कील होतं. फ्रीजरमधे जसा बर्फाच्या तुकड्यांचा ट्रे असतो तसे तिचे विचार स्फटिकासारख्या छोट्या-छोट्या तुकड्यात थिजले

होते. एकटक आढ्याकडे नजर लावून डोळ्यातल्या पाण्यात सगळं वाहून जायची ती वाट बघत होती; पण तिचे अश्रू आटले होते. आपण रडूही शकत नाही हा धक्का जास्त भयानक होता. रडून मोकळं होण्याऐवजी घट्ट आवळलेल्या इजिप्शियन ममीप्रमाणे सगळं बधिर झाल्यासारखं तिला वाटत होतं.

दरवाजा उघडला. तिला भेटायला येणाऱ्यात हेलेना पहिली होती. नंतर तिच्या डान्स क्लासमधले मित्रमैत्रिणी आले. त्यांनी तिच्यासाठी फुलं, पुस्तकं चॉकलेट्स आणली होती. तिनं सवयीनं थँक्सही म्हटलं, पण तिच्या आवाजात दम नव्हता. खूप लांबून बोलणाऱ्याचा प्रतिध्वनी ऐकू यावा तसे होते ते आभार. तिथल्यातिथे तिच्या लक्षात आलं, की हे लोक काही आपल्याला पुन्हा भेटणार नाहीयेत. नृत्य हा शब्द तिच्या शब्दकोशातून कायमचा हद्दपार झाला होता. अँथनीही तिला भेटायला आला. त्याच्या नजरेला नजर देणं कठीण होतं. "तुला यायलाच पाहिजे होतं असं काही नाही." ती म्हणाली; पण तो रोज येत राहिला. रोजच्या डॉक्टरांच्या व्हिजिट्स आणि तेच ते बेचव अन्न या कंटाळवाण्या रुटीनमुळे ती त्याच्या वाटेकडे डोळे लावून बसायची. जर कधी ओव्हरटाईम करावा लागल्यामुळे तो येऊ शकला नाही, तर त्याच्यातर्फे फुलं मिळायची तिला. पिवळी लिली, टवटवीत गुलाब, हवेच्या मंदशा झुळकेनं डोलणाऱ्या पाकळ्यांचं शुभ्रपांढरं ऑर्किड. त्या फुलांकडे बघितल्यावर. जणू अँथनीच आज या रुपात आलाय असं तिला वाटायचं. अशा वेळी सगळं अवसान बाजूला ठेवून त्याच्या काळ्याभोर केसात डोकं खुपसून पोटभर रडावं, असं तिच्या मनात दाटून येई; पण जेव्हा तो येई आणि कॉटच्या बाजूला बसून तिचा हात आपल्या हातात घेई, तेव्हा तिचा आवाज पूर्ण कोरडा होई. स्वत:ला सावरून ती अलिप्तासारखी बोले. जणू तिचा आवाज, हा एक वेगळाच, तिच्याशी काहीही संबंध नसलेला प्राणी.

अपघाताची बातमी कळल्यावर तिच्या आईबाबांचा फोन आला. आई तर फोनवरच ओक्साबोक्शी रडायला लागली. क्लेअरनंच उलट तिची समजूत घातली. अर्थात लोकांनी आपली कीव केलेली ऐकण्यापेक्षा हे सहन करणं तिला शक्य झालं. "मी बरी होणारे गं आणि जीव वाचला ना माझा, यात सगळं आलं." हे एकच वाक्य ती परत परत बोलत राहिली पण तिचं हे बोलणं, बटण दाबल्यावर टेप चालू व्हावी, तसं निव्वळ यांत्रिक होतं. तिलाही त्यातला फोलपणा जाणवत होता. आई-बाबांना ताबडतोब तिला भेटायला यायचं होतं. कसंबसं तिनं त्यांच्याकडून तडकाफडकी यायला निघणार नाही असं कबूल करून घेतलं. काहीही झालं तरी आईबाबांनी किंवा ॲननं तिला या परिस्थितीत बघणं, तिला चालणार नव्हतं. ते आपल्या कॉटभोवती कोंडाळं करून उभे आहेत, सगळ्यांच्या नजरा आपल्या उद्गारवाचक चिन्हासारख्या लटकलेल्या पायावर खिळल्या आहेत या कल्पनेनंच तिच्या अंगावर शहारा आला. त्यांच्या नजरेतून उतरण्यासारखं असह्य होतं हे. त्यामुळे मग ॲन आणि तिच्या आईबाबांनी स्वत: येण्याऐवजी तिच्यासाठी काऊन्सेलरची व्यवस्था केली.

"वेड्यांचा डॉक्टर?" क्लेअरला ऐकायलाही मजा वाटली.

"अगं, भेटून तर बघ. आम्हाला वाटतंय झाला तर उपयोगच होईल तुला. आता स्वत:च्या घरच्यांनासुद्धा भेटायला नाही म्हणत्येस; पण तुला कुणाशी तरी बोलून मोकळं व्हायला हवं बेटा." आई काळजीच्या सुरात म्हणाली.

"ठीक." आईची रडायला पुन्हा सुरू व्हायला नको, म्हणून क्लेअर तयार झाली. हा एक प्रकारचा करारच होता असं तिला वाटलं; पण त्या क्षणी या डॉक्टरला भेटायला राजी होणं आवश्यक होतं.

आपण तिच्यासाठी काहीतरी केलं हे समाधान त्या लोकांना मिळणं महत्त्वाचं होतं. नंतर एक मानसोपचारतज्ज्ञ आला, तिला कसं वाटतंय ते विचारायला. तिला वाटलं हॉस्पिटलमधून डिस्चार्ज मिळाल्यावर,

बाहेर पडण्यासाठी आपल्याला एक लांबलचक बोगदा चालत पार करावा लागणार आहे. तिला तो बोगदा डोळ्यांसमोर दिसत होता. त्याचं पलीकडचं तोंड मात्र दिसत नव्हतं; पण ती याविषयी काहीच बोलली नाही. "काही संवेदनाच उरल्या नाहीयेत." ती म्हणाली. वहीत काहीतरी उतरवून घेत त्यानं मान डोलावली. मग तो 'भविष्यातले प्लॅन्स ठरवू या.' असं म्हणाला. नुसते हे शब्दही क्लेअरला सहन झाले नाहीत. तिने त्याला सरळ हाकलून दिलं. जाताना त्यानं आपल्यामागे दार हलकेच लावून घेतलं. जणू त्या आवाजानं तिची झोपमोड होणार होती; पण तो परत आला. दर आठवड्याला येत राहिला. तिला त्याच्या चिकाटीची मात्र दाद द्यावीशी वाटली.

"तू काही माझा पाय बरा करू शकणार नाहीयेस, बरोबर ना? मग माझं डोकं का खातोयस?"

"मी तुझ्या भावनांबद्दल तुझ्या मनात येणाऱ्या विचारांबद्दल बोलायचा प्रयत्न करतोय, क्लेअर. माझ्याशी बोलल्यामुळे कदाचित तू यातून बाहेर पडू शकशील. सावरू शकशील."

"बाहेर पडायचं? कशाच्या? सावरण्यासारखं काहीही नाहीये. तसं पाहिलं तर मी नशीबवान आहे ना?"

"खरंच आहेस. फक्त तुला आत्ता ते जाणवत नाहीये."

"अगदी बरोबर बोललास."

"तुला राग येतोय का?"

तिनं उत्तर दिलं नाही. तो असं तिच्या डोक्यात जाऊन काय साधत होता? त्यानं काही गोळ्या लिहून दिल्या. "तुझ्या मेंदूतली सेरोटोनिनची लेव्हल कमी झालीये." त्यानं समजावून सांगितलं. "या गोळ्यांनी तुला जरा हलकं वाटेल." तो ओळखीचं हसला. "लवकरच खूप बरं वाटेल तुला." क्लेअरनं औषधाचं माहितीपत्रक वाचून काढलं. या गोळ्या काही फक्त मूड सुधारण्यासाठी द्यायच्या सौम्यशा औषधी नव्हत्या, तर रेग्युलर नैराश्याचे झटके येणाऱ्यांना

देण्यात येणाऱ्या औषधांपैकी होत्या.

फारसं बरं वाटलेलं नसलं तरी काही दिवसांनंतर तिला नीट विचार करता यायला लागला आणि तिने मनाशी काही गोष्टी ठरवल्या.

"इथून बाहेर पडेन तेव्हा मी काही पूर्वीची क्लेअर असणार नाहीये. सगळं बदललेलं असणारे." ती अँथनीला म्हणाली. "परत बर्लिनला जायचा विचार करत्येय मी. आईबाबांबरोबर राहीन थोडे दिवस आणि मग पुढचं बघेन."

"सॉरी, पण असं काहीही होणार नाहीये." खोली मापत असल्याप्रमाणे येरझाऱ्या घालता घालता तो म्हणाला. त्याचा आत्मविश्वास आणि पक्का इरादा यापुढे ती हरली. त्यानं काही स्पष्टपणे तिला लग्नाची मागणी वगैरे घातली नाही. नाक दाबून घशात एखादं औषध ओतावं तसं फर्मावलं होतं. "इथून बाहेर पडल्यावर काय होणारे ते तुझ्या कानावर पडलेलं बरं ना." हे आणि वर.

तो गेल्याबरोबर तिनं नर्सकडे आरसा मागितला होता. आपण आत्तापर्यंत इतके घाण कधीच दिसलो नाही आहोत असं तिला वाटलं. बिछान्यातला मुक्काम, मरुमंवाली त्वचा, अस्ताव्यस्त केस. अपघातानंतर पहिल्यांदाच तिला हसू फुटलं. त्या वेळी ती सगळ्यात जास्त कमजोर होती. अशक्त होती. पूर्णपणे खचलेली होती आणि त्यावेळी ध्यानीमनी नसताना, सगळं संपलंय ही भावना बळावलेली असताना कुणीतरी तिचा हात मागत होतं. कुणीतरी तिला सर्वस्वी वेगळ्या दुनियेत घेऊन जायला तयार होतं. हे एक बरं झालं की वाईटातलं वाईट आधीच घडून गेलंय, तिच्या मनात आलं.

*

त्या घरातून बाहेर पडत होत्या ते तिनं पाहिलं. दोघी मायलेकी. मिसेस रॉसचा हात नोराच्या खांद्यावर होता. तिला योग्य दिशेनं

न्यायला आणि तिच्या संरक्षणासाठीसुद्धा. त्यांना असं जोडीनं एकत्र बघताना क्लेअरच्या मनात सललं. त्यांच्यातलं साम्य तिला जाणवलं. रेखीव नाकडोळे, नीटस बांधा आणि तजेलदार रंग. नोरापण मोठी झाल्यावर आईसारखीच सौंदर्यवती होणार यात शंका नव्हती. आपली छोटी प्रतिकृती बरोबर असेल तर कसं वाटेल, क्लेअरच्या मनात आलं. नोराकडे बघितल्यावर मिसेस रॉसना काय वाटत असेल? स्वत: आई होईपर्यंत अशा कितीतरी गोष्टी क्लेअरला कळणारच नव्हत्या. कितीतरी प्रश्न कायमचे अनुत्तरितच राहणार होते. पण तिला नोराबद्दल वाटणारा जिव्हाळा सच्चा होता आणि त्रासदायकही. नोरानं जेव्हा हात पसरून तिच्याकडे धाव घेतली तेव्हा तिला अगदी उचंबळून आलं.

क्लेअरनं तिला कडेवर घेतलं आणि हसत हसत गोल गोल फिरवलं. तिच्या गोबऱ्या गालांची ऊब क्लेअरला जाणवत होती. तो त्यांचा बाहेर पडायचा पहिला दिवस होता. मिसेस रॉस केव्हाच गाडीत जाऊन बसल्यादेखील होत्या. या दोघींकडे पाहून हसल्यासारखं करत टाटा करून त्या निघून गेल्या. क्लेअरला त्यांच्या थंडपणाचा, त्यांच्या शांतपणाचा हेवा वाटला. त्यांना काही मुद्दाम आटापिटा करून नोराचं प्रेम जिंकायची गरज नव्हती. त्यांनी तिला जन्म दिला होता आणि ह्याचा फायदा त्यांना मिळणारच होता. त्यांनी आपल्या मुलीकडे फारसं लक्ष दिलं नाही, तरी ती त्यांच्यावर प्रेम करणारच होती. रक्ताचं नातं होतं ते शेवटी. हे बंध नाजूक असले तरी चिवटही असतात. काही केलं, तरी ती याच्यासमोर पुरी पडू शकणार नव्हती.

तिनं एका टॅक्सीला हात केला. नोराला असं काळ्या पिवळ्या टॅक्सीतून शहरात भटकायला खूप आवडायचं आणि क्लेअरला तिला असं राजकन्येसारखं वागवायला मजा यायची.

टॅक्सीच्या सीटच्या अगदी कडेला बसून नोरा लॉलीपॉप चघळत होती. "आपण एकदम वरपर्यंत जायचं ना?" साउथवर्क ब्रिजवरून

त्यांची गाडी जात होती तेव्हा लंडन आयकडे बोट दाखवत नोरानं उत्साहानं विचारलं. आकाश स्वच्छ होतं. त्यामुळे त्या सगळं छान बघू शकणार होत्या. बरेच दिवस इथे यायचं तिच्या मनात होतं. उंचावरनं लंडनचा विस्तृत देखावा तिला बघायचा होता. त्याची भव्यता डोळ्यांत साठवायची होती.

लंडन आयची पेटाऱ्यासारखी केबीन तिच्या अपेक्षेपेक्षा मोठी होती. हळूहळू त्या दोघी वर उचलल्या गेल्या. त्यांना थेम्सची वळणं आणि वेस्टमिनिस्टरची रांग दिसायला लागली. बिग बेन आणि सेंट पॉल्स कॅथेड्रलही दिसलं. थोड्याच वेळात त्या घरांच्या छपरांच्या वर पोहोचल्या. तिथनं खालच्या छोट्या छोट्या इमारती दिसत होत्या. कुणीतरी खेळण्यातली घरं अशीच रस्त्याकडेला भिरकावून दिल्यासारखं दृश्य होतं ते. खालचे रस्तेही वाट फुटेल तिकडे पसरले होते. एखाद्या महाकाय प्राण्याच्या नांगीसारखे आजूबाजूची जमीन गिळंकृत करत होते. उजव्या बाजूला कॅनरी व्हार्पची उंचच्या उंच इमारत आकाशात घुसली होती. या काचेच्या आणि धातूच्या जंजाळातच कुठेतरी अँथनीचं काम चालू होतं. एका सुरेख ओपन ऑफिसमधे कॉम्प्युटरसमोर बसून आकडेमोड करत तो आर्थिक ठोकताळे मांडत होता. डेव्ह म्हणाला होता की हे पत्त्यांच्या बंगल्यासारखं केव्हाही कोसळणार आहे, त्याची तिला आठवण झाली. त्या उंचीवरनं खालचा सिटीग्रुपचा लालबुंद लोगो अगदी पिटुकला आणि का कोण जाणे पण खोटा खोटा वाटत होता. हळूहळू लंडन दूर जात होतं. ह्या क्षणोक्षणी रंग बदलणाऱ्या अफाट आभाळाखालचं त्याचं अस्तित्व कुचकामी भासत होतं. नोराची उत्सुकता शिगेला पोहोचली होती. केबीनच्या काचेला नाक लावून ती बाजूच्या मुलीशी गप्पा मारत होती. या मुलीची आई आपल्यापेक्षा वयानी लहान असल्याचं क्लेअरच्या लक्षात आलं. फार तर पंचविशीची असेल.

“तुमची किती वर्षांची आहे?” अचानक तिनं विचारलं. साहजिकच नोरा तिचीच मुलगी असल्याचं या बाईनी साहजिकच गृहीत धरलं होतं आणि का नाही? नाहीतरी दोघींचेही केस सोनेरी होते.

“सात.” क्लेअरनंही सरळ सांगून टाकलं.

“माझ्या मुलीएवढीच आहे की मग.” ती बाई समाधानानं हसत म्हणाली.

नोरा आपलीच मुलगी आहे. हा या बाईचा गैरसमज झालाय तो लक्षात आल्याबरोबर दूर न केल्याचा आता क्लेअरला पश्चात्ताप झाला. जणू क्लेअरनं पुढच्या संभाव्य प्रश्नांसाठी आपले दरवाजे सताड उघडले होते. नोराची शाळा कुठली? तिला आता भावंडं आणण्याचा काही बेत आहे का? मारुतीच्या शेपटासारखी मालिका चालूच राहिली असती. “खरं तर मला तीन महिने झालेत.” तिला गप्प करण्यासाठी क्लेअर म्हणाली पण परिणाम उलटाच झाला. केबिनमधल्या कोंदट वातावरणातली घुसमट आणखीनच वाढली. क्लेअरच्या बोलण्यातलं तथ्य पडताळण्यासाठी त्या बाईनं कावळ्याच्या नजरेनं तिच्या पोटाकडे बघायला सुरुवात केली. कधी एकदा इथून बाहेर पडतो, असं क्लेअरला झालं; पण ते चक्र मुंगीच्या गतीनं सरकत होतं. सर्वोच्च बिंदूवर तर ते क्षणभर विसावलं. अष्टदिशांना पसरलेलं खालचं शहर बघताना दृष्टी फाटत होती. एवढ्या उंचीमुळे क्लेअरला अचानक व्हर्टिगोचा अ‍ॅटॅक आला. “काय होतंय? बरी आहेस ना?” त्या बाईनं विचारलं. “प्रेग्नन्सीमधे इथे यायला नको होतंस तू.” त्यांचं बोलणं ऐकून नोरा पटकन वळली अन् क्लेअरला सरळ विचारलंन, “तुला बाळ होणारे का?” आता तर तिची परिस्थिती खूपच अवघड झाली. एक खोटं बोलल्यावर आता तसंच पुढे रेटून नेण्यावाचून गत्यंतर नव्हतं. नाहीतर ती पुरती बावळट ठरली असती. “हो बेटा.” नोराच्या डोक्यावर थोपटत ती म्हणाली,

''पण अजून खूप दिवस आहेत बाळ यायला.''

त्या बाईनं गोंधळून तिच्याकडे बघितलं. आपल्याला भावंडं होणारे हे नोराला कसं माहिती नाहीये, याचं तिला बहुधा आश्चर्य वाटलं असावं. पूर्णपणे अनोळखी व्यक्तीच्या बाबतीत आपण आधीच नको इतका भोचकपणा केलाय असं वाटल्यामुळे असेल कदाचित ती केबिनच्या दुसऱ्या टोकाला आपल्या मुलीपाशी जाऊन उभी राहिली. क्लेअरनं सुटकेचा नि:श्वास टाकला. आपण ही 'आ बैल मुझे मार' अशी परिस्थिती कशासाठी ओढवून घेतली? ती मनातल्या मनात स्वत:लाच दूषणं देऊ लागली. आता उगीचच आणखी संशयकल्लोळ नको. त्या बाईनं पुन्हा आपल्याशी बोलायला नको. म्हणून तिनं नोराशी गप्पा मारायला सुरुवात केली. लंडनमधे आणखी काय पाहण्यासारखं आहे. झू, मत्स्यालय असं कुठे कुठे जाता येईल वगैरे विषय क्लेअरनं मुद्दामहून काढले. मत्स्यालयात इतर देशात सापडणारे सगळे चित्रविचित्र मासे बघायला मिळाले असते; पण जसजसं ती आणखीन आणखीन बोलत गेली, तसतसं तिला जास्त जास्त वाईट वाटायला लागलं. असे प्रसंग पुन्हा पुन्हा घडणार होते. तिला सगळे नोराची आईच समजणार होते. ऐकायला एकीकडे बरं वाटलं, तरी त्यानं मनस्तापही होणार होता. ती फक्त बेबीसीटर आहे, असं सांगणं तर आणखीन त्रासदायक होतं. या द्विधा मन:स्थितीतून सुटायचं असेल, तर नोराला भेटणंच बंद करायला हवं होतं. अशी दुधाची तहान ताकावर भागू शकेल, असं तिला वाटलं हेच मुळात चुकलं होतं. आपल्या असहायतेवर ती खूप चडफडली, वैतागली. केबिनमधे अवघडलेली विचित्र शांतता पसरली. मुलीपण एकमेकींशी बोलत नव्हत्या. खाली पोहोचायला लागणारा पुढचा प्रत्येक क्षण क्लेअरला जाम भारी पडला.

''बेस्ट लक.'' दार उघडल्यावर केबिनबाहेर पडतापडता ती बाई म्हणाली, पण क्लेअरला तिच्याकडे बघायचंही धैर्य नव्हतं.

ती खाली मान घालून तिथून पटकन सटकली. जणू तिच्यावर कुणीतरी खोटारडेपणाचा शिक्का मारला होता. थेम्सच्या घाटावरनं दूरवरच्या बोटींकडे नजर लावून तिनं कसेबसे आपले अश्रू थोपवले. ती नोराला काहीही सांगणार नव्हती. नोराबरोबरच्या ह्या शेवटच्या दिवशी तिला फक्त जिवाचं लंडन करायचं होतं. राहिलेलं प्रत्येक मिनिट सत्कारणी लावायचं होतं. एका आइस्क्रीम स्टॉलवरून तिनं नोरासाठी भलंमोठं चॉकलेट आइस्क्रीम घेतलं. तो कोन चाटताचाटता नोरा कुठलंतरी गाणं गुणगुणत होती. तिचा एक हात आइस्क्रीम खाण्यात गुंतला होता तर जाताजाता ती हलकेच आपला दुसरा हात बाजूच्या रेलिंगवरनं फिरवत होती. आपल्याच विश्वात पार हरवून गेलेली दिसत होती ती. लहान मुलासारखं स्वप्नांच्या दुनियेत रममाण व्हायला किती मजा येत असेल. फक्त समोरच्या क्षणाचा विचार करायचा. मागचीपुढची कसलीच चिंता नसलेली नोरा साधं आइस्क्रीम खाण्यात कशी गुंग होऊन गेली होती ते क्लेअर बघत होती. जणू ती स्वत:च ते अनुभवत होती. त्या चॉकलेटची गोड क्रीमी चव तिच्याही जिभेवर उतरली होती. आपल्याला मुलं असावीत असं लोकांना वाटतं, याचं हेही एक कारण असू शकत होतं. आपल्या लहानपणच्या सगळ्या पायऱ्या, ते छोटे छोटे आनंद, नानाविध चमत्कार, अगदी त्या भयानक चुकादेखील, सगळं पुन्हा नव्यानं अनुभवता येतं. नोरा मोठी झाल्यावर तिला हा दिवस, ही मजा, हा वसंत ऋतूचा मोहोर, नदीजवळ जाणवलेला गारवा आठवेल का असं तिच्या मनात आलं. क्लेअरनं खास तिच्यासाठी असा वेळ काढून नोराला अपेक्षित होता त्यापेक्षा कितीतरी मोठा ठेवा तिला बहाल केला होता. या आठवणींच्या मोत्यांचा सर तिच्या पुढच्या आयुष्यात कधीतरी नक्की चमकला असता.

तिनं मिसेस रॉसना फोन केला तेव्हा 'सर्जिकल कट' हेच शब्द तिच्या डोक्यात घुमत होते. नवल म्हणजे त्यांनी आपलं बोलणं पटकन आटोपतं घेतलं. ती त्यांना आपल्या कामाच्या नवीन जबाबदारींविषयी सांगणार होती पण मिसेस रॉसना तिचं स्पष्टीकरण ऐकण्यात अजिबात रस नव्हता. नेहमीप्रमाणे त्यांचा सूर मित्रत्वाचा पण अलिप्त असाच होता. काय ते तिच्या लगेच लक्षात आलं आणि तिनं त्यांचे आभार मानून घाईनं फोन ठेवून दिला. यापुढे तिला 'आपलं कुटुंब' ह्याच मोहिमेवर लक्ष केंद्रित करायचं होतं. नेमक्या त्याच दिवशी अँथनी स्कॉटलंडला गेला, हे फार वाईट झालं होतं. तिला एकटीला घर खायला उठलं होतं. घरात फक्त तिचाच वावर होता पण तरीही त्याला शोधत असल्यासारखी ती घरभर फिरली. प्रत्येक खोलीत त्याच्या अस्तित्वाच्या खुणा विखुरलेल्या होत्या. जमिनीवर भिरकावलेले मोजे, कॉटवर काढून टाकल्यामुळे उलटा झालेला गाऊन, बार्बेक्यूनंतर बागेतच विसरलेला काळवंडलेला चिमटा. अचानक शेजारच्या घरातनं तिला गडबड ऐकू आली. ती मुलं आत्ता बाहेर येऊन फुटबॉल खेळतील, भिंतीवर दणादणा बॉल आपटतील तर आपल्याला सोबत होईल असं तिला वाटलं. त्यांच्या बुटांचा चुईचुई आवाज, त्यांचा ओरडाआरडा, खिदळणं असे मन शांतवणारे आवाज नसल्यामुळे तिला चुकल्याचुकल्यासारखं होत होतं. आपण एवढ्या हौसेनं आणलेल्या बऱ्याचशा रोपांनी केव्हाच माना टाकल्यात हे तिच्या लक्षात आलं. काहींना वरती कीड लागली होती तर काहींची मुळं गोगलगायींनी आणि कसरीनं पोखरली होती. रोपांजवळ गोगलगायीच्या पांढरट द्रावाच्या खुणा उमटल्या होत्या. आत्ता नेमक्या त्या कुठेतरी दडून बसल्या होत्या पण लवकरच परत बाहेर पडून त्यांनी आपला 'हल्ला बोल' चालूच ठेवलं असतं. गुलाब आणि सूर्यफुलांची एकमेकांत गुंफण झाली होती. जणू भिंतीवरच्या जागेसाठी प्रकरण

हातघाईवर आलं होतं. त्यासाठी एकमेकांना चिणून टाकायचा त्यांचा बेत होता. फुलझाडांच्या वाफ्यातला हा कुरूप रानटीपणा बघून ती अवाक् झाली. परवाच तर तिनं अख्खा दिवस खपून ह्या वाफ्यात घाम गाळला होता, सगळं छान ॲरेंज केलं होतं हे आठवल्यावर तर तिला एकदम निराश झाल्यासारखं वाटलं. कोरडी पडलेली जमीन उकरून तिनं तण साफ केलं असतं. व्यवस्थित पाणी घातलं असतं पण या दिवेलागणीच्या कातरवेळी एखाद्या अथांग गुहेत शिरल्यासारखं त्या भकास घरात शिरणं तिच्या जिवावर आलं होतं. अशा वेळी एकटं राहणं म्हणजे एखाद्या श्वापदाच्या जबड्यात अलगद सापडण्यासारखं होतं. परतीची वाट कदापि सापडणार नव्हती. काही क्षण ती तिथेच खिळून उभी राहिली. आपण कुठेतरी हरवलोय या भावनेनं तिच्या मनाचा पगडा घेतला. भुंगा कसा संकटाची चाहूल लागल्यावर तिथेच खिळतो आणि मेल्याचं सोंग वठवतो, तसं तिचं झालं. सॅडीचा विचार मनात आल्यावर मात्र तिची समाधी भंगली. आत्ता या क्षणी आपण जर कुणाकडे जाऊ शकत असलो, तर ती फक्त सॅडीच आहे हे तिला जाणवलं. तोंडबिंड धुण्याच्याही भानगडीत न पडता ती तडक घराबाहेर पडली. घरातले दिवे तिनं चालूच ठेवले. म्हणजे परत आल्यावर घरात कुणीतरी आहे असं स्वत:चं समाधान तिला करून घेता आलं असतं.

लांबवर कॉव्हेंट गार्डनच्या एका छुप्या पॅसेजमधे असतानाच नीना सायमनचा घोगरा स्वर तिच्या कानावर पडला. सॅडीनं गाणं अगदी फुल व्हॉल्यूमला लावलं होतं आणि दुकानाचं दार उघडंच होतं. सॅडीनं पुढे होऊन क्लेअरला कवटाळलं. तिच्या खांद्यावर डोकं टेकवून खोल श्वास घेतल्यावर क्लेअरला खूप बरं वाटलं. ह्या आश्वासक मिठीतून आपण कधीच बाहेर पडू नये, असं तिला वाटत होतं.

"डार्लिंग, काय हालत करून घेतलीयस स्वत:ची? बघ जरा

किती दमल्यासारखी दिसत्येस ते. आता मी काहीतरी छान बनवते तुझ्यासाठी. नाहीतरी माझा एकच कस्टमर राहिलाय. तोपर्यंत हातपाय धू आणि कपडे बदल. जा.'' तिला कपड्यांच्या रॅककडे ढकलत सॅडी म्हणाली. हे दुकान म्हणजे अलिबाबाची गुहा होती. सगळ्या कपड्यांना सेंटचा मंदसा वास होता. जणू सॅडीनं सगळे एकेकदा तरी घालून आपलं शिक्कामोर्तब केलं होतं. प्रत्येक ड्रेस एका अनोख्या दुनियेचं आश्वासन देत होता. सॅडी या सगळ्यातून गेली होती आणि आता बाकीच्यांनाही असा काहीतरी सुरेख अनुभव यावा, म्हणून हे ड्रेसेस तिनं इतरांसाठी मांडून ठेवले होते. सॅडीच्या या छोट्याशा राज्यात क्लेअरला अतिशय सुरक्षित वाटलं. इथे तिची काळजी घेणारं कुणीतरी होतं. काय जिवाभावाची मैत्रीण होती! नुसतं क्लेअरकडे बघितल्या- बघितल्या तिच्या लक्षात आलं होतं, की त्या रात्री क्लेअर एकटी राहू शकत नव्हती. तिनं फोन करून पाओलोबरोबरची डेट कॅन्सल केल्याचं क्लेअरनं ऐकलं. कोणता ड्रेस घालावा, या विचारात हँगरवरचे कपडे मागेपुढे करत असतानाच तिला एकदम ओळखीचा आवाज ऐकू आला. अचानक मिसेस रॉस त्या कपडे बदलायच्या खोलीतून बाहेर आल्या आणि आरशासमोर उभ्या राहिल्या. त्यांनी छान निळ्या रंगाचा उडत्या बाह्यांचा पायघोळ गाऊन घातला होता. त्यांना पाहून क्लेअर चकित झाली आणि पटकन कपड्यांच्या आड दडली. तेवढ्यात सॅडी मोठ्यांदा ओरडली, ''तुला काय वाटतंय क्लेअर?'' ती त्या हँगर्समागून बाहेर आल्यावर त्यांची नजरानजर झाली. ''ओळख करून देते हां. ह्या आहेत उत्तम अभिनेत्री माझी मैत्रीण डेबोरा.'' अशा प्रसिद्ध व्यक्तीशी आपली ओळख आहे, हे सांगताना सॅडीला प्रचंड अभिमान वाटत होता.

''आम्ही ओळखतो एकमेकींना.'' मिसेस रॉस म्हणाल्या खऱ्या; पण क्लेअरला तिथे बघून त्यांनाही आश्चर्य वाटल्याचं दिसत होतं.

"हिनंच माझ्या मुलीला पोहायला शिकवलं आणि आजच माझ्याकडचा बेबीसीटरचा जॉब जमणार नाही म्हणून सांगितलंय." आणि त्यांनी हसून पुस्ती जोडली. "ठीक आहे. काही प्रॉब्लेम नाही. नाहीतरी नोराला तू जरा जास्तच आवडायला वगैरे लागली होतीस."

क्लेअरनं काहीही न बोलता नुसतीच मान डोलावली. अचानक उद्भवलेल्या या परिस्थितीमुळे ती बावचळली होती. शिवाय मिसेस रॉस आणि सॅडीचा नक्की काय संबंध असेल, हे चक्रही तिच्या डोक्यात फिरत होतंच. मिसेस रॉसच्या घरात पाहिलेला ब्रूच तिला आठवला आणि सगळं चित्र स्पष्ट झालं. सॅडीनं त्यांना गिफ्ट दिला असणार. मिसेस रॉसमुळे सॅडी किती भारावून गेलीये ते क्लेअरला दिसत होतं. ती त्यांच्या प्रेमातच पडली होती. "मागे वळ." ऑर्केस्ट्रा कंडक्टरसारख्या हालचाली करत सॅडी मिसेस रॉसला म्हणाली. त्यांच्या शेलाट्या देहयष्टीवर तो निळा गाऊन खुलून दिसत होता. "साक्षात देवीसारखी दिसतीयेस." सॅडी किंचाळली. तिची नजर त्यांच्यावर खिळली होती. ते बघून क्लेअरच्या शरीरातून मत्सराची लाट उसळली आणि तिचा श्वासच अडकल्यासारखं झालं. ही बाई नोरासारख्या गोड छोकरीची आई होती तेवढं पुरेसं नव्हतं का? वर आणि सॅडीचं संपूर्ण लक्ष वेधून घेण्याइतकं सुंदर कशाला दिसायला हवं होतं तिनं?

मिसेस रॉसनं तो गाऊन घेतला आणि सॅडीला आपल्या आगामी नाटकाच्या प्रिमिअरची तिकिटं द्यायचं आश्वासन दिलं. या नाटकात त्यांची मुख्य भूमिका होती. "तूपण ये जमलं तर." उदार अंतःकरणानं त्यांनी क्लेअरलाही आमंत्रण दिलं आणि त्या गेल्या. त्यांच्या उंची परफ्यूमचा वास दुकानात दरवळत राहिला. "त्या तसल्या बायकांपैकी आहेत," सॅडीनं सुस्कारा टाकत म्हटलं, "खंबीर, स्वतंत्र, सगळी सुखं त्यांच्या पायाशी लोळण घेताहेत. पण त्या कुठेतरी एकाकी आहेत. कोणताही पुरुष त्यांना समजून घेऊ शकणार नाही. आपलंसं करू शकणार नाही. त्यांना पूर्ण समाधानी करू शकणार नाही."

"म्हणून मग तू करतीयेस ना?" क्लेअरनं मोठ्यांदा हसत विचारलं. "डेबोरा रॉसची तारणहार."

"मी सांगते ना त्यांना तसा काही धरबंध नाहीये."

"कशाबद्दल?"

"समलिंगी संबंधांबद्दल."

क्षणभर मिसेस रॉस आणि सॅडीचा जोडा कसा दिसेल ते क्लेअरच्या डोळ्यांसमोर आलं. फारच विनोदी वाटत होतं हे. पण असूही शकेल?

"ठीक आहे," क्लेअर म्हणाली. "तुला मनापासून शुभेच्छा आणि जर कधी तुला मिसेस रॉसबरोबर पळूनबिळून जायचं असेल तर मला नोराची आई व्हायला आवडेल."

त्या रात्री सॅडीनं मुद्दाम खपून बनवलेल्या पदार्थांचा आस्वाद घेताना क्लेअरनं तिला त्यांच्या आय.व्ही.एफ. प्लॅनबद्दल सांगून टाकलं. पुढे काय होईल हा भुंगा न टाळता येणारा मनस्ताप. नोराविषयीही बोलली ती. अगदी ती कुणाच्याही नकळत नोराच्या घरात कशी घुसली होती तिथपर्यंत सगळं सांगितलंन आणि नंतरचा नोराला न भेटण्याचा निर्णयही सांगितला. सॅडीनं त्यांचे वाईनचे रिते पेले उचलले, तेव्हा मध्यरात्र होऊन गेली होती. "मला कधी ह्या भावनेचा स्पर्शही झाला नाहीये. आपल्याला मूल वाहायला पाहिजे या. मला नाही वाटत मला हे झेपेल. इतर बायकापण अशी न संपणारी जबाबदारी का ओढवून घेतात ते माझ्या दृष्टीनं एक कोडंच आहे. मी माझ्या मित्रमैत्रिणींना सांभाळते. तुझी काळजी घेते. तेवढंच पुरेसं आहे मला." सॅडीनं कबुली दिली.

"तू माझी अगदी छान काळजी घेत्येस." सॅडीबद्दल आपुलकी व्यक्त करावी म्हणून तिचा हात हातात घेत क्लेअर म्हणाली. पुढच्याच क्षणी तिला या स्पर्शाचा पश्चात्ताप झाला. सॅडी आपल्याविषयी काहीतरी गैरसमज करून घेईल का, आपल्याला

तिच्याबद्दल सेक्स्युअली ओढ वाटतीये असं काहीतरी तिच्या मनात येईल की काय असं क्लेअरला वाटलं. सॅडीला जणू. तिच्या मनात काय खळबळ माजलीये ते स्पष्ट दिसलं. ती खदाखदा हसली. "भूत बघितल्यासारखं करू नकोस. तू माझा हात हातात घेतलास म्हणून मी काही लगेच तुझ्यावर रेपबीप करणार नाहीये." क्लेअरनं शरमेनं मान खाली घातली.

"मला निघायला पाहिजे." ती उठण्याचा प्रयत्न करत म्हणाली खरी पण ढोसलेल्या एवढ्या सगळ्या वाईनमुळे तिला गरगरायला लागलं होतं. "ए, गप गं. तू कुठेही जाणार नाहीयेस." सॅडीनं पक्कं सांगून टाकलं आणि तिचा मोर्चा आपल्या बेडरुमकडे वळवला. तिथेपण तोच मंद सुवास होता. कुठलातरी ओरिएंटल आणि धुंद करणारा सुगंध. आधीच वाईनमुळे क्लेअरला ऊब आली होती आणि आता या वासानं तिला गुरफटून टाकलं. कपडे काढून ती हलकेच त्या तलम रेशमी पांघरुणात शिरली. तिनं बघितलं तर खोलीतल्या अर्धवट उजेडात सॅडीपण कपडे काढत होती. "मला वाटतं. तुझी काही हरकत नसावी. मी नेहमी अशी संपूर्ण उघडीच झोपते." सॅडी कपडे काढून आपल्या शेजारी आडवी झाली, तरी क्लेअरला त्यात काही अवघड वाटलं नाही. सॅडीनं हळूहळू तिच्या पाठीला मसाज करायला सुरुवात केली. एखाद्या मांजराला जसं चुलीपाशी गुरफटून घेतल्यावर आतपर्यंत उबदार आणि निवांत वाटतं आणि मग त्याच्या पोटात गुरगुर सुरू होते तसं क्लेअरला झालं. "शांतपणे झोप." तिच्या कपाळावर आपले ओठ टेकवत सॅडी म्हणाली. झापड आलेले डोळे हळूहळू मिटताना क्लेअरच्या मनात दूर कुठेतरी लॉसएंजल्समधे आपलं नशीब आजमावण्यासाठी धडपडणाऱ्या हेलेनाचा विचार आला. तिचंही भलंच व्हावं. नशिबानं उगीच तिची फार परीक्षा घेऊ नये असं तिला वाटलं. शेवटी सगळं निव्वळ 'तग धरून राहणं'

इथवर येऊन थांबायचं. अजून आपल्या जिवात जीव आहे. या मूळ पदावरच समाधान मानायचं असले दिवस आले होते.

अँथनीला आपली निराशा लपवता आली नाही. त्याच्या अपेक्षेप्रमाणे स्कॉटलंडच्या ट्रिपमधे ऑफिसमधल्या बॉस लोकांबरोबर त्याची घसट वाढलीबिढली अजिबात नव्हती. आता तो एका वेगळ्या लेव्हलला पोहोचला होता हे खरं. लवकरच त्याला प्रमोशनही मिळालं असतं; पण या नव्या पोझिशनमुळे त्याला अचानक अवघडल्यासारखंच वाटायला लागलं होतं. आपली बँक कशाप्रकारे बिझनेस करते याचा त्यानं आत्तापर्यंत कधी विचारच केलेला नव्हता; पण आता तो अनैतिक व्यवहार आणि अवास्तव धोके याबद्दल बोलायला लागला होता. कदाचित डेव्हचे शब्द आता त्याच्या मनात घर करायला लागले होते.

"आधीच काळ एवढा वाईट आहे आणि त्यातच ह्याची भर पडत्येय हे मला समजतंय; पण अजून किती काळ मी ही नोकरी करू शकेन याचा नेम नाहीये." हा त्याचा कबुलीजबाबही होता, तसाच क्लेअरसाठी संभाव्य धोक्याचा इशाराही होता पण क्लेअरला त्याचं विशेष काही वाटलं नाही. कदाचित नव्या जबाबदाऱ्यांचं त्याला दडपण आलं असावं, तिने आपली समजूत घालून घेतली होती. त्याला आता याची सवय करून घ्यायला हवी. फोनवर ॲनशी बोलताना तरी ती निदान एवढंच म्हणाली. दोनचार दिवसांनी अँथनी घरी येतोय म्हणून ती त्याच्या स्वागतासाठी खास त्याच्या आवडीचे पदार्थ बनवत होती. चिकनची डिश बनवता बनवता ती ॲनशी बोलत होती. ॲननं तिच्या ब्लॅकबेरीवरून गोलमटोल मार्गारेथचे मस्त फोटो पाठवले होते. हातात एक जुनंपुराणं बाहुलं घेऊन खिदळत होती ती. त्याचा डावा डोळा बहुतेक हातघाईच्या लढाईत कामी आला होता. त्या काळ्या कुळकुळीत गोटीचं आकर्षण वाटून मार्गारेथनं तो उपसून काढला होता. लहान मुलांना

अशा गोष्टींबद्दल किती अज्ञान असतं. यावरून ॲन आणि क्लेअर हसत सुटल्या होत्या. हाताला लागेल त्याची तोडफोड करण्यातच त्यांना धन्यता वाटते. फोनवर बोलत असतानाच क्लेअरला बाहेर कुणाचातरी विचित्र ओरडण्याचा आवाज ऐकू आला.

ती फोन तसाच सोडून तिकडे पळाली. "अग काय झालं एकदम?" फोनवरचा आपल्या बहिणीचा प्रश्न तिनं ऐकला, पण ती उत्तर द्यायला थांबली नाही. रक्तानं माखलेला अँथनी दरवाज्यापाशी उभा होता.

"पटकन" तो थरथत्या आवाजात फोन उचलत म्हणाला. तो पोलिसांना बोलावेपर्यंत क्लेअर बाहेर धावली आणि तिनं अर्धवट उजेड असलेला समोरचा रस्ता न्याहाळला. तिथे चिटपाखरूही नव्हतं. रस्त्याच्या दुसऱ्या टोकाला नेहमीप्रमाणे गाड्यांची वर्दळ चालू होती. अँथनीच्या कानातून रक्त येत होतं. "दोघं जण होते. मला नीटसं दिसलं नाही. अंधार होता ना. एकाकडे हातोडा होता." दहा मिनिटांच्या आत दोन तगडे पोलीस त्यांच्या हॉलमधे पोहोचलेले होते. त्यांच्यापैकी एकानं आपल्याकडच्या खास चिमट्यानं अँथनीच्या जखमेपासचे काही अवशेष उचलले. "आमच्या नेहमीच्या गुंडांच्या यादीतल्या कुणाशी हे जुळतंय का ते बघतो. डी.एन.ए.टेस्ट करून." त्यानं स्पष्ट केलंन. "तुम्हाला पोलीस स्टेशनला येऊन आमचा डेटाबेस बघावा लागेल. आमच्याकडचे फोटो पाहिल्यावर कदाचित तुम्हाला ओळख पटू शकेल."

नंतर लगेच ते गेले. क्लेअरपण पाठोपाठ अंगणात गेली आणि अँथनीला घेऊन जाणारी पोलिसांची गाडी पार दिसेनाशी होईपर्यंत पाहत राहिली. ही ती टपोरी पोरंच असणार यात शंका नव्हती. तो घरात आला तेव्हा त्याच्या हातात नेहमीची ऑफिसची बॅग नव्हती हे तिला आठवलं. नक्की त्यांनीच हिसकावली असणार. त्याची लॅपटॉपवाली बॅग बळकावण्यासाठी त्याला जीवे मारायलासुद्धा त्यांनी मागेपुढे बघितलं नसतं. तिनं घरात जाऊन पाहिलं तर

गॅसवरच्या चिकनला पूर्ण मोक्षच मिळाला होता. अर्ध्या तासानं अँथनी परतला. त्याचं काळं जांभळं झालेलं कानशील तिनं बर्फानं शेकलं. तो काही आपल्या हल्लेखोरांना ओळखू शकला नव्हता. "तुला खोटं वाटेल, अगं केवढा मोठा डेटाबेस आहे त्यांचा! गेल्या दोनेक वर्षांत अशा मारामारीच्या गुन्ह्यांचं प्रमाण दुपटीनं वाढलंय म्हणाले ते." त्यानी सांगितलं.

"त्यांना सापडणारच नाहीत ही पोरटी." क्लेअर तावातावानं म्हणाली, "मला माहितीये, नक्की या इथे पलीकडेच आजच्या ह्या यशस्वी डल्ल्याचा जश्न करत असतील ती." तिला शांत करण्यासाठीच जणू अँथनीनं तिच्या खांद्यावर हात ठेवला. "हे बघ, पिढ्यान्‌पिढ्या या मुलांवर कुठेतरी अन्याय झालाय." तिनं एकदम अविश्वासानं त्याच्याकडे बघितलं. एवढं सगळं होऊनही तो त्यांना माफ करण्याच्या हेतूनं वगैरे असं तत्त्वज्ञान सांगतोय, हे तिला खरंच वाटेना. या थोडक्या कालावधीत तो जणू एकदम पोक्त झाला होता. त्या रात्री मात्र बुडत्याला काडीचा आधार वाटावा तशा प्रकारे त्यानं क्लेअरचा हात घट्ट पकडून ठेवला होता. किती सहजपणे तो या अमानुष हल्ल्याला हकनाक बळी पडला असता आणि तिच्यापासून कायमचा दुरावला असता. या विचारांनी तिच्या जिवाचा थरकाप उडाला होता. पण त्याच्या छातीची धडधड तिला ऐकू येत होती. आता हळूहळू त्याचा श्वास सुस्त होत होत मंद लय पकडेल आणि त्याला गाढ झोप लागेल याची ती वाट बघत होती. जणू काही आपल्या स्वतःच्याच घरात आपण आगंतुक असल्याप्रमाणे जरा जरी कुठे खुट्ट झालं तरी ती दचकत होती. दूरवर तिला पुन्हा एकदा हेलिकॉप्टरचा आवाज ऐकू आला पण यावेळी ते त्यांच्या घराजवळ आलं नाही. शेवटी त्यांनी तपासासाठी दुसरा कुठला तरी कोपरा निवडलेला दिसत होता.

ते जणू असं काहीतरी घडण्याचीच वाट बघत होते. तिच्या

आईबाबांनी, ॲननं, अगदी कार्लनंसुद्धा त्यांनी जर्मनीला परत यावं म्हणून लकडा लावला होता. असा हल्ला काय जगातल्या कोणत्याही शहरात होऊ शकतो या तिच्या म्हणण्याला कोणीही किंमत दिली नव्हती. त्यातून त्या बॉम्बस्फोटांनतर तर लंडन हे राहण्याच्या दृष्टीनं अतिशय असुरक्षित आहे या त्यांच्या मताला पुष्टीच मिळाली होती. "तूच विचार कर. उद्या जर तुला मुलंबाळं झाली तर त्यांनी लहानाचं मोठं व्हावं अशी जागा तरी आहे का ही?" तिच्या आईच्या आवाजातली आरोपाची धार अतिशय तीव्र होती. सुस्कारा टाकत क्लेअर खाली बसली. "हो. आहे. माझ्यामते लहानाचं मोठं व्हायला लंडन हे सगळ्यात उत्तम शहर आहे. कारण इथे सच्चेपणा आहे. इथले प्रॉब्लेम्स वास्तववादी आहेत. ही काही दळभद्री परीकथा नाहीये." त्यांच्या बोलण्याचा आपल्याला एवढा राग आला, याचं तिचं तिलाच आश्चर्य वाटलं. तिच्या या उद्रेकानंतर ऐकू यावी अशी भयाण शांतता पसरली. "आई, सॉरी" ती खालच्या आवाजात म्हणाली, "पण आहे हे असं आहे. काहीही झालं तरी आम्ही लंडनलाच राहणारोत." आईनं तिला हट्टी म्हटलं. ती अजिबात समजूनच घेत नाहीये असंही म्हटलं; पण क्लेअरला या टीकेचं काहीच वाटलं नाही. नाहीतरी कुटुंबात तिचं नाव कानफाट्या म्हणून पडलंच होतं. स्वतंत्र व्यक्तिमत्त्वाची. आपलंच खरं करणारी वगैरे वगैरे. आता यात काही फरक होणार नाही हे तिला स्वत:लाही कळून चुकलं होतं.

*

वेटिंग रूममधे जाम गर्दी होती. काही जोडपी आली होती तर काही एकेकट्या बायका होत्या. सगळे वाचत किंवा कोपऱ्यातल्या टीव्हीवरची टेनिसची मॅच बघत चुपचाप बसून होते. क्लेअरचा इतर बायकांकडे बघून त्यांच्या वयाचा अंदाज घ्यायचा नेहमीचा चाळा सुरू झाला. त्यांच्या चेहऱ्यावर आशा दिसत्येय, का भीती दाटलीये

तेही ती पाहू लागली. बाजूच्या दोघींचं कुजबुजणं तिच्या कानावर आलं. आपण किती बिजांडं देऊ शकलो यावर त्या बोलत होत्या. या फर्टिलिटी क्लिनिकच्या वेटिंग रूममधेसुद्धा स्पर्धेचं वातावरण होतं. डॉक्टर आल्याआल्या एकेकीचं नाव पुकारायला सुरुवात झाली, तोपर्यंत क्लेअरचे तळवे घामेजले होते. ही त्यांची पहिलीच भेट होती. पांढराशुभ्र कोट घातलेल्या या हसतमुख डॉक्टर तिला एखाद्या देवदूतासारख्या भासल्या, पण त्यांच्या बोलण्यात कुठेही संदिग्धता नव्हती. अतिशय कडक आणि स्पष्ट बोलत होत्या त्या. "तुमच्याकडे आता वाया घालवायला वेळ उरलेला नाहीये. जितकी लवकर सुरुवात कराल तितकं चांगलं." पुढे त्यांनी क्लिनिकच्या यशाची आकडेवारीही सादर केली. संपूर्ण उपचारपद्धती समजावून सांगतानाच्या त्यांच्या कॉम्प्युटरवरच्या आकृत्या अगदी प्रभावी दिसत होत्या. त्या स्त्री-पुरुष बीजांडाविषयी शुक्रजंतूंविषयी बोलल्या. मधे मधे त्या आययुआय आणि आयसीएसआय सारखे शॉर्टफॉर्म्स वापरत होत्या. "अर्थात आम्ही काउन्सेलिंगदेखील करतो. काही जोडप्यांच्या दृष्टीनं हा काळ म्हणजे, त्यांच्या आयुष्यातला सर्वांत कठीण काळ असतो. मुख्य म्हणजे तुला निदान एक महिना तरी संपूर्ण रजा घ्यावी लागेल," क्लेअरकडे बघत त्या म्हणाल्या. "ही चोवीस तासांची जबाबदारी आहे. तुला रोज यावं लागेल. ब्लड टेस्ट रोज एकदा करायची आणि जसं लागेल तसं स्कॅनिंग. कधीकधी दिवसातून तीनदासुद्धा आणि हे आधीपासून ठरवून वगैरे नाही होणार. आम्ही बोलावलं की लगेच तुला हजर राहावं लागेल."

क्लेअरनं मूकपणे मान डोलावली. फारच भारी वेळापत्रक होतं हे.

"बाळाला जन्म द्यायची ही काही फारशी रोमँटिक पद्धत आहे असं नाही म्हणता येणार. लॅबमधल्या एका बशीत गर्भधारणा होईल." हॉस्पिटलमधून बाहेर पडताना अँथनी म्हणाला. छान

बोळकं पसरून हसणाऱ्या बाळाचा फोटो असलेलं तिथलं एक माहितीपत्रक त्यानं हातात घट्ट पकडलं होतं. शिवाय क्लिनिकला हवी असलेली ढीगभर संमतीपत्रकंही होती त्याच्या काखोटीला.

"पण इथपर्यंत आलोय तर खरे."

"हो. इथपर्यंत पोहोचलोय." क्लेअर नि:श्वास टाकत 'मम' म्हणाल्यासारखी म्हणाली. सूर्य ढगाआडून हळूच बाहेर डोकावत होता. काही क्षणांसाठी लंडन शहर सुरेख सोनेरी किरणांनी न्हाऊन निघत होतं, तेवढ्यात सूर्यदेव पुन्हा लपायला नवी जागा शोधून काढायचे. आत्ता मध्यान्हीला रिजन्स पार्क जवळजवळ निर्मनुष्य होतं. अँथनी बाजूच्या उंच गवतातून हात फिरवत होता. "हे बघ" तो म्हणाला. गवत अगदी मऊ मऊ होतं. गवताचं एक पातं त्याच्या हातावरून हलकेच फिरवावं आणि त्याच्या अंगावरचा शहारा अनुभवावा असं क्लेअरच्या मनात आलं.

तेवढ्यात दूर कुठेतरी विसावलेला पक्ष्यांचा एक थवा किलबिलाट करत भुर्रकन त्यांच्या डोक्यावरून उडाला. त्या थव्याला पुढे एकटा उडणारा कोणी नेता-बिता नव्हता. सगळे एकच टीम असल्यासारखे जात होते. जणू एखादी अदृश्य शक्ती त्यांना मार्गदर्शन करत होती. ढगांच्या पार्श्वभूमीवरचा त्या थव्याचा सुरेख प्रमाणबद्ध आकार अगदी शोभून दिसत होता. भरपूर मेहनतीनं हवेत बसवलेला एक नवा नृत्यप्रकारच जणू! आणि अचानक सर्वसंमतीनं ठरवल्यानुसार त्यांनी आपली दिशा बदलली.

एकंदरीत आशेला वाव होता असे मानायला हरकत नव्हती, ह्या विचाराने क्लेअरचे मन भारून गेले.

■ ■ ■